ஒரு கரத்திலிருந்து மறு கரத்திற்கு

உலக இலக்கியம்

ஒரு கரத்திலிருந்து மறு கரத்திற்கு

நோபல் கவிஞர்களின் கவிதைகள்

மொழிபெயர்ப்பு
தாரா கணேசன்

எழுத்து
பிரசுரம்

Title: Oru Karathilirundhu Maru Karathirkku
Author's Name: Thara Ganesan

Published by Ezutthu Prachuram

Ezutthu Prachuram
(An imprint of Zero Degree Publishing)
No. 55(7), R Block, 6th Avenue,
Anna Nagar,
Chennai - 600 040

Website: www.zerodegreepublishing.com
E Mail id: zerodegreepublishing@gmail.com
Phone : 89250 61999

Ezutthu Prachuram First Edition: January 2024
ISBN: 978-93-95511-90-2
TITLE NO EP: 479

Cover Design: Lark Baskaran
Layout: Vidhya Velayudham

அன்புடன்

யவனிகா ஸ்ரீராமுக்கு...

நன்றி

உயிர்மை
உயிரெழுத்து
தீராநதி
அகநாழிகை
கணையாழி
வலசை
யாவரும்.காம்
அய்யப்பமாதவன்
சுதீர்செந்தில்
பழநிபாரதி
சமயவேல்
அரவிந்த் அப்பாதுரை
நேசமித்ரன்
சம்யுக்தா
சங்கர்ராம சுப்ரமணியன்
ரவி சுப்ரமணியன்
தேவேந்திர பூபதி

தொடர்ந்து என் எல்லா இயக்கங்களுக்கும் பின்புலமாகவும், பக்க பலமாகவும் ஆதரவாகவும் எப்போதுமிருக்கும் கணேசன், ஷ்யாம், ஐஷ்வர்யா, ஐஷ்வர்யா வர்ஷா, & சுதர்ஷனுக்கும் மனமார்ந்த நன்றி

முன்னுரை

நம்மை வாசிக்கும் கண்களுடைய கவிதைகள்

உலகளாவிய மொழிபெயர்ப்புக் கவிதைகளை வாசிப்பதில், அதுவும் அவை தமிழில் கிடைக்கும்போது அம்மொழியில் இயங்கி வரும் கவிஞனுக்குப் பார்வை விசாலமடைகிறது.

அனைத்து மொழிகளிலும் கவிதை மட்டுமே அதிகமான கூர் உணர்வைத் தக்கவைத்துக் கொள்வதோடு ஒரு தேசத்தின் வருங்காலத்தை முன்கூட்டியே கணிக்கக் கூடிய ஆற்றலையும் கொண்டிருக்கிறது.

சில மேற்கத்திய நாடுகளின் கடைவீதிகளில் அல்லது விளம்பரப் பலகைகளில் அந்நாட்டுக் கவிஞர்கள் பலரின் கவிதைகள் மக்கள் வாசிப்பதற்கு ஏற்றவாறு ஒளிர்ந்து கொண்டிருக்கும்.

எல்லா நாட்டுத் தலைவர்களும் தங்கள் தேசத்தின் கவிஞர்கள் எழுதிய வரிகளைச் சொல்லித்தான் தங்கள் உரையைத் தொடங்குகின்றனர்.

அந்த வகையில் பல தேசத்தவரின் கவிதைகள் அவற்றின் மொழிபெயர்ப்புகள் யாவும் தமிழில் பலவாறாக செல்வாக்கு செலுத்தி வந்திருக்கின்றன.

அதன் தொடர்ச்சியாக, கவிஞரும் ஓவியருமாகிய தாரா கணேசன் தன்னுடைய மூன்றாண்டு கால உழைப்பின் அடிப்படையில் உலகின் தலைசிறந்த ஆறு நோபல் பரிசு பெற்ற கவிஞர்களின் கவிதைகளை மொழிபெயர்த்து அதனை ஒரு நூலாக்கி நமக்குக் கையளித்துள்ளார்.

கிட்டதட்ட இருபது ஆண்டுகளுக்கும் மேலாக தமிழ் இலக்கியவெளியில் இயங்கி வரும் தாரா கணேசன் ஆங்கிலத்திலும் மிகுந்த புலமை பெற்றவர். உலகக் கவிஞர்களின் படைப்புகளைத் தொடர்ந்து வாசிப்பது மட்டுமின்றி, தமிழில் இன்றளவும் எழுதிவரும் புதிய கவிஞர்களின் படைப்புகளையும் வாசித்து மகிழ்பவர்.

தொடர்ச்சியான பல முக்கியப் பணிகளுக்கு இடையிலும் இக்கவிதைகளை அவர் மொழிபெயர்த்து இருப்பது மகிழ்ச்சிக்குரியது. வாசிப்பதற்கு மிக முக்கியமான ஒரு வரவான இத்தொகுப்பில் உலகின் மிகச்சிறந்த ஆறு கவிஞர்களின் சில கவிதைகளைத் தேர்ந்தெடுத்து அவர் தமிழாக்கம் செய்திருப்பதில் அவரது தனிச்சிறப்பான மொழிநடை அதன் பிரத்தியேகமான நடனத்துடன் தமிழின் செவ்வியல் பண்பையும் இணைத்து சரளமான வாசிப்பில் தமிழிலேயே எழுதப்பட்ட மூலக்கவிதைகளோ என ஐயுறும் வகையில் சிறப்பாக அமைந்திருப்பதை இங்கு குறிப்பிட வேண்டும்.

அவர், தனது மொழிபெயர்ப்பில் குறிப்பிட்டுள்ள இந்த ஆறு உலகக் கவிஞர்களையும் ஒரு சரட்டில் முத்துக்களைப் போலக் கோத்திருக்கிறார். அடிப்படையில் பிரபஞ்சத் தனிமையையும், மொழியின் மூலம் இந்த உலகத்தைத் திரட்டிக்கொள்ளும் ஆத்ம பலத்தையும், அழகியலையும், மனிதகாதலின் உன்னதங்களையும் ஒருசேர அழைத்துக்கொண்டு இக்கவிதைகள் தமிழுக்கு வந்து சேர்ந்திருக்கின்றன.

என்னைப் பொறுத்தவரையில் மொழிபெயர்ப்புக் கவிதைகளை வாசிக்கும் போது அந்நிலத்தின் பின்னணிகளை அவர்கள் விளித்துச் செல்லும் பாணி, பிறகு அவர்கள் மற்றவர்களுக்குக் கடத்துகிற புதிய சொற்கள், அந்தக் கவிதைகளில் தென்படுகிற பொருட்கள், யாவற்றிலும் உலவி விட்டுப் பிறகுதான் அதன் அர்த்தங்களை நோக்கி நகர்வேன்.

அந்த வகையில் எனக்கு மிகவும் பரிச்சயமான கவிஞர்களான விஸ்லவா சிம்போர்ஸ்கா, பாப்லோ நெருடா, ஆக்டேவியா பாஸ் ஆகியோரின் கவிதைகளும் இத்தொகுப்பில் இடம் பெற்றிருப்பது மகிழ்ச்சிக்குரியது.

தாரா கணேசனின் தேர்ந்தெடுப்பை அவதானிக்கும் போது, தனி மனிதர்கள் எவ்வளவு முக்கியமானவர்கள் என்பதன் வகையில்

உலகில் நடந்த அத்தனை விதமான போர்கள், இன்ன பிற நிகழ்வுகள் எல்லாவற்றிற்கும் அப்பாலும் இக்கவிஞர்கள் எதை உள்ளொளியாக உணர்ந்தார்களோ அதையே தம்முடைய கவித்துவ மனநிலையாகவும் கொண்டு இந்தக் கவிதைகளை அவர் மொழிபெயர்த்துள்ளார்.

“இது ஒரு அரசியல் யுகம். நாம் அதன் குழந்தைகள்” - என்கிற வரியை நோபல் பரிசு பெற்ற கவிஞர் விஸ்லவா சிம்போர்ஸ்காவின் நேர்காணல் ஒன்றில் படித்த போது அவரை எனக்கு மிகவும் பிடித்துப் போனது. அவரின் மிகச் சிறந்த கவிதைகள் இங்கே மொழிபெயர்க்கப்பட்டுள்ளன.

ஆக்டேவியா பாஸ் நமது நாட்டுக்குத் தூதராக வந்தவர். தன்னுணர்ச்சிகளிலும் இயற்கையின் பேரமைதியிலும் தன் ஆன்மாவைத் தொலைத்தவர். இன்றுவரை இளம் வயதினர் அவரது கவிதைகளை உலகெங்கும் வாசிக்கிறார்கள்.

காதல் உணர்ச்சி இருக்கும்வரைதான் உடல், ஆன்மா, மனம், நிலம் போன்றவை இயங்குகின்றன.

அந்த ஆறு கவிஞர்களின் கவிதைகளிலும் காதலின் மனோபலங்களை, வேட்கைகளை, விருப்புறுதிகளை நாம் பின்தொடர்கிறோம். மூலத்திலிருந்து தமிழுக்கு எவ்வாறு இக்கவிதைகள் மடை மாற்றம் செய்யப்பட்டுள்ளன என்பதை அவை தமிழில் ஒரு வகைமாதிரியாக வந்திருப்பதை, சிறப்பாக மொழியப்பட்டிருக்கும் அதன் விதத்தை

ஒரு கவிஞனாகவும் வாசகனாகவும் என்னால் நன்கு அனுபவித்து உணர முடிகிறது.

இக்கவிதைகளுக்குள் இயற்கைக்கும் மனிதருக்கும் இடையே தத்துவ செறிவுகள் தோன்றித் தோன்றி பல்வேறு அர்த்தங்களுக்கு இடையே அவை மறைந்துகொண்டிருப்பதை நாம் ஒரு தொடர்பாடலாய் வாசிக்கிறோம்.

இப்படியாக, பல்வேறு நாட்டுக் கவிஞர்களை ஒருசேர வாசிக்கும் போது நமது இருப்புடன் நீண்டு இயங்கிவரும் உறவுகள், இந்த பூமிப் பந்தின், அவற்றை மொழி வழியே விளங்கிக் கொள்ளும் நம் பரிதவிப்பு யாவும் புதிய அனுபவத்தை நமக்குத் தருகின்றன.

இந்த 21ஆம் நூற்றாண்டில் பின் நவீனத்துவத்தின் புதிய சிந்தனை, எழுத்து, அகநிலை மற்றும் அரசியலைக் குறித்து தெல்யூஸும் (Gilles Deleuze) கத்தாரியும் (Felix Guattari) சொன்னது போல மனிதர்களுக்கு இந்த உலகத்தில் காதலைத் தவிர மிகப்பெரிய வாய்ப்புகள் ஏதும் இல்லை. எல்லாவிதமான பருவ காலத்திற்கும் ஏற்றவாறு புற்கள் அடிநிலத்தில் தங்கள் வேர்களை ஒன்றுடனொன்று பின்னிக்கொண்டு மீண்டும் மீண்டும் முளைவிடத் தங்களைத் தக்க வைத்துக்கொண்டிருப்பன போலவே, இந்த மனித உறவுகளையும் நாம் காதலின் வழியே இறுகப் பற்றிக்கொள்ளத்தான் வேண்டும்.

நாம் எப்போதும் கவிதைகளை வாசித்துக்கொண்டிருப்பதில்லை. ஆனால், சில நேரம் கவிதைகள் நம்மை வாசித்து விடுகின்றன.

அந்த வகையில் இந்த அற்புதமான கவிதைகளைத் தமிழுக்கு மொழிபெயர்த்துக் கொடுத்தமைக்கும், மேலும் தொடர்ந்து இதுபோன்ற மொழிபெயர்ப்புப் பணிகளில் தொடர்ந்து இயங்கவும் தாரா கணேசன் அவர்களை மனமாற வாழ்த்துகிறேன்.

யவனிகா ஸ்ரீராம்
சின்னாளப்பட்டி
23.12.2023

இரவு எப்போதும் விழித்திருக்கிறது

புலந்தோறும் இந்த நீள் நிலத்தில் நிலவியும் மெல்லப் பரவியும் வந்த கவிதைகளை என் மனம் மற்றும் அதன் தாய் மொழியால் தழுவியுள்ளேன். இரவெல்லாம் இந்தக் கவிகள் என்னை உறங்கவிடாத புள்ளியில் இருந்துதான் முழு பிரபஞ்சத்தையும் நான் என் வாழ்நாள் அனுபவங்களில் அறிந்து கொண்டேன்.

தீராத இவ்வாழ்வின் பயணத்தில் தோளுரசித் தொடர்ந்து வந்து என் அத்தனை விலகல்களையும் அனுமதித்தவர்கள் இவர்கள். உணர்வில் கரைந்தவர்கள். முகம் தெரியா இக்கவிஞர்களின் கைகளைப் பிடித்துக் கொண்டு நான் பயணித்த தூரம் வெகுஅதிகம்.

எல்லையற்ற இரவுகளின் கூட்டிசையினை இவர்கள்தான் என் நிலவின் நீல நதியில் கரைத்தார்கள்.

தாழம்புதர்களினூடே இழைந்து பிணைந்து நகர்ந்து நடமாடிக் கூடலுக்கு விழையும் நாகமென களியேறிக் கிடந்த தருணங்களை உடல் என்ற பிரக்ஞை அற்று கவிதை எனும் தொட்டிலில் இவர்கள்தான் என்னைத் தாலாட்டினார்கள்.

அப்படித்தான் உள்ளங்கால் பதித்ததும் உச்சிவரை நனைத்துச் சில்லிடும் நதிநீர் அதன் போக்கில் கடக்க, நடுப்பாதம் வருடிய கூழாங்கற்களால் உடல் சிலிர்த்த வேளையில் நீரில் மூழ்கி அவற்றை என் இரு கரங்களால் சேகரித்தேன். இவை அத்தனை அபூர்வமான தருணங்கள்.

இக்கவிஞர்கள் எல்லோரும் என் மெல்லிதயம் வருடி அபூர்வராகங்களைப் பாடிச் சென்ற நாடோடிகள். அவர்களுடன்

இணைந்து உலகம் சுற்றிப் பிறகு அவர்களை நான் கைவிட்டும், என்னை அவர்கள் கைவிட்டும், பின் அப்பிரிவின் ஏக்கத்துடன் பெருமூச்சு விட்ட தனிமையின் நேரங்கள்தான் அதிகம். அத்தனிமையின் தொடர்ச்சிதான் இந்த மொழிபெயர்ப்பின் தொடக்கம்.

உண்மையில் அது இரவுகள் தோறும் அகன்ற சிறகசைக்கும் பட்சியொன்றின் இனங்காணாத் துயரமகிழ்வு.

தாகித்த கலைமான்கள் அடர்ந்த காட்டிடை அலைந்த இருட்பொழுதில் நிலா மிதந்த நீர்ச்சுனைப்படிமங்கள்.

இலையுதிர்காலத்தில் நடந்து சென்ற போது நிலம்வீழ்ந்த சருகுகள் பாதங்களோடு சரசரத்துப் பகிர்ந்த ரகசியங்கள்.

நேற்றை போன்றோ இன்றைப்போன்றோ இல்லாத நாளையின் இரவுக் கதவுகளுக்குப் பின்னிருக்கும் பொறுப்பு ஏதுமற்ற ஏகாந்தம்.

மௌனமாய் ஓர் குளிர்பிரதேசத்துக்காரியின் கரம் பின்னுகின்ற கம்பளியாடையென, ஆழ்ந்த வாசிப்புகளுக்குப் பின்னான இரவில் இன்னதெனத் தெரியா உந்துதலில் நிகழ்ந்த மொழியாக்கம் இத்தொகுப்பு!

வேறுவிதமாய்ச் சொல்வதெனில் ஈதோர் விதமான ஜாமத்துக்காமம்.

இந்த முன்பனிக் காலத்து மழை நாளில் இத்தொகுப்பைக் கொண்டு வருவதில் அகமகிழ்கிறேன்.

இத்தாலி நாவலாசிரியர் இடாலோ கால்வினோ சொல்வது போல நம் வாழ்வின் செவ்வியலை நாம் இழக்க முடியாது.

இதோ... ஜப்பானியக் கவிஞன் மட்சுவோ பாஷோவின் ஹைக்கூ அதனைத்தான் இப்படிச் சொல்கிறது...

> இலையுதிர்காலத்தில்
> இப்பாதையில் எவருமே செல்வதில்லை
> என்னைப்போல மட்சுவோ பாஷோ

பாஷோவின் இன்னோர் ஹைக்கூ மூன்று விதமாய் மொழியாக்கம் செய்யப்பட்டுள்ளது. எனில், ஆகச்சிறந்த மொழியாக்கத்தின் அடிப்படை மூலமாக மட்டுமே இருக்க முடியும்.

அம்மூன்று கவிதைகளின் எனது வாசிப்பும் மூன்றுவிதமாய் மொழிமாற்றம் அடைந்துள்ளன.

The end of autumn, and some rooks
Are perched upon a withered branch.
translated by Basil Hall Chamberlain (1902)

இலையுதிர்காலத்தின் இறுதியும் இன்னும் சிற்சில கொக்குகளும்
காய்ந்த கிளையின் மீதில் இளைப்பாறுகின்றன..

On a leafless bough
A crow is sitting: — autumn,
Darkening now —
translated by Harold G. Henderson (1925)

இலைகளற்ற கிளையொன்றில்
காகமொன்று அமர்ந்திருக்கிறது – இலையுதிர்காலம்
இருண்டபடியிருக்கிறது இப்போது

A black crow
Has settled himself
On a leafless tree
Fall on an autumn day.
translated by Nobuyuki Yuasa (1966)

ஓர் கரிய காகம்
தன்னை அமர்த்திக்கொள்கிறது
இலகளற்ற மரத்தின் மீது
இலையுதிர்காலத் தொடக்கத்தில்

ஆக... ஒன்று பலவாகும் விசித்திரம் அவரவர் மனக்குகைச் சித்திரங்கள்.

அத்தகைய பணிகளில் இதுவும் ஒன்று! உங்கள் ஆதரவும் வாசிப்பும் என்னை உற்சாகப்படுத்தும். அத்தனை நேசங்களுக்காகவும் இத்தொகுப்பை தமிழ்கூறும் நல்லுலகில் முன்வைக்கிறேன்.

-தாரா கணேசன்

கேப்ரியெலா மிஸ்திரெல்

வான் ரமோன் ஹிமெனெஸ்

ஷேமஸ் ஹீனி

பாப்லோ நெருடா

விஸ்லாவா சிம்போர்ஸ்கா

ஆக்டேவியா பாஸ்

கேப்ரியெலா மிஸ்திரெல்

கேப்ரியெலா மிஸ்திரெல்

கவிஞர், அரசியல் நிபுணர், கல்வியாளர், பெண்ணியவாதி எனப் பன்முகம் கொண்ட கலைஞர் கேப்ரியெலா மிஸ்திரெல் "லூசிலா டி மரியா டெல் பெர்பெச்சுவோ கோடொய் அல்கயாகா" எனும் நீண்ட இயற்பெயர் கொண்ட இவர் 'கேப்ரியெலா மிஸ்திரெல்' எனும் புனைபெயரில் எழுதியவர். சிலி நாட்டின் பிரஜையான இவர் இலக்கியத்திற்காக நோபல் பரிசு பெற்ற முதல் லத்தீன் அமெரிக்கப் பெண்மணி. பாப்லோ நெருடா எனும் உலகப் புகழ் பெற்ற நோபல் கவிஞரும் சிலி நாட்டினர் என்பது குறிப்பிடத்தக்கது.

இயற்கை, நம்பிக்கை துரோகம், காதல், தாயின் அன்பு, துயரம், பயணம் ஆகியவை அவரது பாடுபொருள்களாயிருந்தன. கொடிது கொடிது இளமையில் வறுமையென ஔவையார் பாடியதற்கேற்ப இவரது இளமைப் பிராயம் வறுமையின் கொடுமையில் சிக்கியிருந்தது. இவரது பதினைந்தாவது வயதில் இவருக்குள் துளிர்க்கத் தொடங்கியது கவிதை. "அந்தரங்கக் கடிதம்" (Intimate Letter) எனும் இவரது கவிதை முதல் முதலில் தினசரியொன்றில் பிரசுரமானது. அப்போதிருந்தே பல்வேறு புனைபெயர்களில் தொடர்ந்து எழுதி வந்தார்.

தனது பதினேழாம் வயதில் கேப்ரியெலா ஒரு பள்ளி ஆசிரியராகப் பணிபுரிந்த போது, ரொமிலியோ என்ற ரயில்வே பணியாளரைச் சந்தித்தார். ரொமிலியோ மூன்று வருடங்களுக்குள் தற்கொலை செய்துகொண்டார். அவரது மரணத்தின் தாக்கம் கேப்ரியெலாவின் கவிதைகளில் படிமங்களானது. ரொமிலியோவின் தற்கொலை கேப்ரியெலாவை இதுவரையில் எந்த லத்தீன் அமெரிக்கக் கவிஞரும் எழுதியிருக்காத அளவிற்கு 'மரணம் – வாழ்வு' ஆகியவற்றைக் குறித்து எழுதத் தூண்டியது.

கேப்ரியெலாவுக்குப் பல ஆண்களுடனும் பெண்களுடனும் இருந்த நட்புறவு அவரது எழுத்துகளில் பிரதிபலிக்கத் தொடங்கியது. ஆயினும் தனது மனவெழுச்சி மிகுந்த வாழ்வினை அவர் மிகவும் ரகசியமாகவே வைத்திருந்தார்.

சாண்டியாகோவில் நடந்த தேசிய அளவிலான இலக்கியப் போட்டியில் முதற்பரிசு வென்றது அவரது வாழ்வில் மிகப் பெரிய திருப்பு முனையாக அனமந்தது. தேசிய அளவில் கவனிக்கத் தகுந்த புகழ் அடைந்த எழுத்தாளராக மாறிய கேப்ரியெலாவுக்கு அப்பொழுது வயது 25. ஜீகாஸ் ப்ளோரேல் எனும் அந்த தேசிய விருதை எட்டிய பிறகு லூசிலா கோடொய் என்ற பெயரில் எழுதுவதை விடுத்து, கேப்ரியெலா மிஸ்திரெல் என்ற புனைபெயரிலேயே தனது படைப்பைத் தொடர்ந்தார்.

தனது எழுத்துலகப் பயணத்தின் பெயரை தனக்கு மிகப்பிடித்த 'கேப்ரியேல் டி அனுன்ஸியோ' மற்றும் 'பிரட்ரிக் மிஸ்த்ரல்' ஆகிய இரு எழுத்தாளர்களிடமிருந்து எடுத்துப் புனைந்து கொண்டார். கேப்ரியெலாவின் உலகளாவிய புகழ் அவர் தன் சொந்த நாடான சிலியில் தொடர்ந்து செயல்படத் தடையாயிருந்தது. நாற்பதாம் வயதில் பிரான்ஸுக்கு குடிபுகுந்த பிறகு அவர் தனது வாழ்நாள் முழுவதையும் அங்கேயே கழித்தார்.

பிற லத்தீன் அமெரிக்கக் கலைஞர்களைப் போலவே கேப்ரியெலாவும் தனது இறப்பு வரை அந்நிய நாட்டுப் பிரதிநிதியாகப் பல நாடுகளில் பணியாற்றினார். மேட்ரிட்டில் பணியாற்றிய பொழுது அவர் தன்னைப் போலவே பணியாற்றி வந்த நோபல் பரிசு பெற்ற புகழ் வாய்ந்த கவிஞனான பாப்லோ நெருடாவைச் சந்தித்தார். நெருடாவுடனான நட்பு அவரையும் ஒரு முன்னணி இயக்கத்திற்கு ஆதரவாளராக்கியது. ஸ்பெயின் நாட்டுப் பத்திரிகைகளிலும் தினசரிகளிலும் நூற்றுக்கணக்கான கட்டுரைகளைத் தொடர்ந்து எழுதிக்குவித்தார். இதனால் கேப்ரியெலா கொலம்பிய நாட்டின் ஜனாதிபதியான எடுவர்டொ சாண்டோஸ், எலினார் ரூஸ்வெல்ட் மற்றும் அனைத்து சிலி நாட்டு ஜனாதிபதிகளுக்கும் மிகவும் நம்பிக்கைக்குரியவரானார்.

அவரது இரண்டாவது கவிதைப் பெருந்தொகுதியான தாலா (Tala)

1938ல் அவரது நெருங்கிய நீண்ட நாள் நண்பரான விக்டோரியா ஒகாம்போவினால் பியூனஸ் ஏரிஸில் வெளியிடப்பட்டது. இதன் மூலம் கிடைத்த பணம் முழுவதையும் ஸ்பெயினின் உள்நாட்டுப் போரில் அனாதையான குழந்தைகளுக்குச் செலவிட்டார்.

இதற்கிடையே அவரது அக்கா மகனான 17 வயது மிகுஈயல் இறந்து போனான். இரண்டாம் உலகப் போரினால் மிகவும் மனம் பாதிக்கப் பட்டிருந்த கேப்ரியெலாவுக்கு இம்மரணம் பேரிடியாக இறங்கியது. இந்தத் துயரம் கேப்ரியெலாவின் இறப்பிற்கு முந்தைய கடைசித் தொகுதியின் அலைகளானது. லாகார் (Lagar) எனும் அத்தொகுதி சில பிரிவுகளாகத் தொகுத்து வெளியிடப்பட்டது. சிலி கவிதைகள் (Poema de Chile) என்ற தலைப்பில் இதன் கடைசித் தொகுப்பு கேப்ரியாலாவின் மரணத்திற்குப் பின்பாக அவரது நண்பரான டோரிஸ் டானா என்பவரால் வெளியிடப்பட்டது. இக்கவிதைத் தொகுதி மிகவும் அற்புதமான படைப்பாக இருந்தது.

இவரது உரைநடைக் கவிதைகள் சில சமயம் சாலமோனின் 117 பாடல்கள் அடங்கிய உன்னதமான பாடலை (The Song of Songs) நினைவூட்டுகின்றன. ஹீப்ரு மொழியில் எழுதப்பட்ட பைபிளில் இதன் பெயர் ஷிர் ஹா - ஷிரிம் (Shir ha-Shirim). சாலமோன் பாடல்கள் உலகக் கவிதையின் உச்சங்களில் ஒன்றாகக் கருதப்படுகின்றன. இந்நூல் காதற் கவிதைகளின் ஒரு தொகுப்பு. யூதப் பரம்பரையின்படி, இதில் அடங்கியுள்ள பாடல்களின் ஆசிரியர் மாமன்னர் சாலமோன். சரித்திர விரிவுரையாளர்கள் இந்நூலின் பாடல்களுக்குப் பல்வேறு பொருள்களைத் தருகின்றனர். ஒரு சாரார் கடவுளுக்கும் இஸ்ரேல் மக்களுக்கும் இடையே நிலவும் அன்பார்ந்த உறவை வருணிப்பவை இவை என்றும் வேறுசிலர் பாலஸ்தீன நாட்டு மக்களின் திருமணத்தின் நடுவில் பாடப்பட்டவை என்றும் கருத்து கூறுகின்றனர். ஆனால் மற்றும் சிலர் ஒரு ஆணுக்கும் பெண்ணுக்கும் இடையே முகிழ்க்கும் இயல்பான காதலுணர்வை வெளிப்படுத்துபவையே இக் கவிதைகள் என்றும் கூறுகின்றனர். காதலுணர்வு புனிதமானது, இயற்கையின் அன்பளிப்பு, கடவுளின் கொடை என்னும் கருத்தை விவிலியம் ஏற்கிறது. சாலமோனின் தலைசிறந்த பாடல் -

"தம் வாயின் முத்தங்களால் அவர் என்னை முத்தமிடுக!
ஆம், உமது காதல் திராட்சை ரசத்தினும் இனிது!
உமது பரிமளத்தின் நறுமணம் இனிமையானது:
உமது பெயரோ பரிமள மணத்தினும் மிகுதியாய்ப் பரவியுள்ளது"

வேறு சில சமயங்களில் கேப்ரியெலா மிஸ்திரெலின் உரைநடைக்கவிதைகளை வாசிக்கும்போது வான் ரமோன் ஹிமெனஸின் "பிளேடெரோவும் நானும்" கேப்ரியல் கார்ஸியா மார்க்கஸின் "லாஸ் நிநோஸ்" (Los Ninos To the Children) ஆகிய இரண்டு புத்தகங்களின் கலவை போன்றொரு உணர்வெழுகிறது. வான் ரமோன் ஹிமெனஸ் நோபல் பரிசு பெற்ற ஸ்பெயின் நாட்டுக் கவிஞன். இவரது "பிளேடெரோவும் நானும்" (Platero and I, 1914) எனும் நூல் மிகவும் பிரசித்தியானது. இந்த நூல் ஜூவானின் ஆண்டலூசியாவின் பயணம் குறித்து எழுதப்பட்டது. மோகுவெர் கிராமப் பின்னணியில் எழுதப்பட்டிருக்கும் இந்த நாவலின் கதாநாயகன் 'பிளேடெரோ' எனும் கழுதை. கேப்ரியல் கார்ஸியா மார்க்கஸும் நோபல் பரிசு பெற்ற கொலம்பிய நாவலாசிரியர். கேப்ரியெலாவின் கவிதைகள் இரண்டு புகழ் வாய்ந்த நோபல் பரிசு பெற்ற நாவலாசிரியர்களின் கலவை போலிருப்பது குறிப்பிடத்தக்கது.

அவரது உரைநடைக் கவிதையின் ஒரு சிறு பகுதி:

பல்லாண்டுகள் கழிந்து, நானோர் மௌனப் புழுதியின் சிறு குவியலாகும் போது, விளையாடு என்னுடன். எனது களிமண் இதயத்துடனும் எலும்புகளுடனும் விளையாடு. ஒரு செங்கல் அடுக்குபவன் என்னை எடுத்தால் அவன் என்னை செங்கற்களோடு வைத்துவிடுவான். நான் எப்பொழுதும் ஒரு சுவற்றிலேயே பதிந்து கிடப்பேன். மேலும் நான் அமைதியான மூலைகளை நிந்திக்கிறேன். என்னை ஒரு சிறைச்சாலை கட்டும் செங்கல்லாய் பயன்படுத்தினால் அங்கிருக்கும் மனிதனின் துயரக் கேவல்களைக் கேட்டு அவமானத்தால் சிவந்திருப்பேன். ஒரு பள்ளியின் செங்கல் ஆனால், நானும் வருந்துவேன், ஏனெனில் உங்களோடு விடியலின் கீதங்களை நான் இசைக்க இயலாது.

நீ விளையாடும் கிராமப்பாதையின் புழுதியாயிருக்கவே

> விரும்புகிறேன். என் மீது நடந்து செல். நான் உன்னவள். என்னை அழித்து விடு, ஏனெனில் நான் உன்னை உருவாக்கினேன். என் மீது ஏறி நில், ஏனெனில் நான் உனக்கு எல்லா வாய்மைகளையும் எல்லா அழகுகளையும் அளித்திருக்கவில்லை. இல்லையெனில், பாடிக்கொண்டே என் மீது ஓடிச் செல். நான் உனது பிரியத்திற்குரிய பாதங்களின் உள்ளங்கால்களை முத்தமிடுவேன்.
>
> என்னை உன் கரங்களில் ஏந்திகொள்கையில், ஒரு அற்புதமான கவிதையைச் வாசித்துக் காட்டுவாயெனில் உனது விரல்கள் குறுகுறுக்க மிகுந்த மகிழ்வுடன் வருடுவேன். நான் எழும்பி உன்னை நோக்கி, நான் பயிற்றுவித்த உன்னில் உனது கண்களை, சிகையைத் தேடுவேன்.
>
> என்னோடு ஏதேனும் பிரதிமையைக் கற்பனை செய்திருந்தால், அதனை உடனடியாய் உடைத்துவிடு. எல்லாக் கணத்திலும் குழந்தைகள் என்னைத் தமது மென்மையாலும் துயரங்களாலும் தூளாக்கியுள்ளனர்.

தீராக் காதலும் ஆவலும் அவரது கவிதைகளின் கருப்பொருளாயிருப்பினும் அவரது உள் மன ஆசைகள் மறைமுகமாகவே வெளியாகின்றன. அவரது கண்ணீருக்கும், பனித்துளிகளுக்கும் மாயைகளுக்கும் நிழல்களுக்கும், சுவடுகளுக்கும் கீழே பரந்து கிடக்கின்றது மிக உன்னதமான மையல் சார்ந்த மயக்கங்கள். ஒரு சிறு குழந்தையின் தந்திரத் தொடலால் நொடியில் மாறுகின்ற வண்ணங்கள் போலிருக்கின்றன அவரது கவிதைகள்.

> தொடு என்னை உன் தொடல் பட்டின் மென்மை போன்றது
> என்னை நீ மலர்த்துகையில்
> எதிர்பாராமல் என்ன ஒரு அற்புதமான ரோஜா மலர்
> உனக்கு அது ஞாபகமூட்டுகிறதா
> ஒர் அரசனின் ஆழ்வண்ண உடையின் கீழ்
> நெருப்பின் ஜ்வாலையாய் தெரியும் சிவப்பு அங்கியினை?

கேப்ரியெலா மிஸ்திரெலுக்கு 1945ம் வருடம் இலக்கியத்திற்கான நோபல் பரிசு வழங்கப்பட்டது. மிஸ்திரெல் இப்பரிசைப் பெற்ற முதல் லத்தீன் அமெரிக்கரும் நோபல் பரிசு பெறும் ஐந்தாவது பெண்மணியுமாய்

இருந்தார். ஸ்வீடன் நாட்டின் அரசரான கஸ்டாவிடமிருந்தும் விருது பெற்றார். பிறகு நெடுநாட்களாய் வழங்கப்படாதிருந்த சிலிநாட்டின் மிக உயரிய தேசிய இலக்கிய விருதும் மிஸ்ட்ரலுக்கு வழங்கப்பட்டது. கலிபோர்னியா நாட்டின் கல்லூரி இவருக்கு டாக்டர் பட்டம் வழங்கி கௌரவித்தது.

உடல் நலம் குன்றியதால் கேப்ரியெலா பயணங்களைத் தவிர்த்தார். தனது வாழ்நாளின் கடைசிப் பகுதியை நியூயார்க் நகரில் கழித்த இவர் புற்று நோயால் கணையம் பாதிக்கப்பட்டு 67ம் வயதில் இறந்தார். சிலி நாட்டு அரசு அவரது மறைவுக்கு மூன்று நாள்கள் விடுமுறையுடன் துக்கம் அனுஷ்டித்தது. இவரது உருவப்படம் சிலி நாட்டின் 5,000 பெசோ வங்கித்தாளில் அச்சிடப்பட்டுள்ளது.

இப்போது நாம் வனம் புகலாம்

இப்போது நாம் வனம் புகலாம்
மரங்கள் உன் முகங்கடந்து போக
நானங்கு நின்று உன்னை
அவற்றுக்கு அர்ப்பணிப்பேன்
ஆனாலும் அவற்றால் வளைந்து
உனைப் பெற்றுக்கொள்ள இயலாது.
இரவு கவனித்தபடியே இருக்கிறது
தனது உயிரினங்களின் பருவ மாற்றத்தை
என்றும் மாறாப் பைன் மரங்களைத் தவிர்த்து.
பழைய ரணங்களுடன் பிசின் துளிர்க்கின்றது
ஆசீர்வதிக்கப்பட்ட கோந்து மரங்களில்
சாஸ்வதமான பிற்பகல் வேளைகளில்.
இயலுமெனில் இம்மரங்கள்
உனை வாரியணைத்துத் தூக்கிச்செல்லும்
ஒரு பள்ளத்தாக்கிலிருந்து இன்னொன்றுக்கு.
நீயும் ஒரு தந்தையிடமிருந்து மறு தந்தையிடம் ஓடும்
குழந்தையெனச் செல்வாய்
ஒரு கரத்திலிருந்து மறுகரத்திற்கு.

இல்லை, மறுபடி ஒருபோதும் இல்லை

இல்லை, மறுபடி ஒருபோதும் இல்லை
நடுங்கும் நட்சத்திரங்கள் நிறைந்த இரவுகளிலோ
விடியலின் கன்னி வெளிச்சத்திலோ
பலியாகும் பிற்பகலிலோ

வயல்வெளிகளைச் சுற்றியிருக்கும்
வரப்புகளின் விளிம்பிலோ
பிரகாசிக்கும் நிலவொளியில் நடுங்கும்
ஊற்றுகளின் ஓரங்களிலோ

அன்றி வனப்பான வன அடர்த்தியின் கீழோ
எங்கே அவனின் பெயர் கூவியழைத்தபடி
இரவு எனை கடந்து சென்றதோ
எனது கதறல்களின் எதிரொலி
திரும்பி வரும் குகைகளிலோ அல்ல

அவனைச் சந்தித்தாக வேண்டும்
எங்கென்பது குறித்து எவ்வித அக்கரையுமற்று

சொர்க்கத்தின் உயிரற்ற நீரிலோ
அன்றி ஆவியாகும் நீர்ச்சுழலிலோ
மாசற்ற நிலவின் கீழோ
அன்றி வெளிறிய அச்சத்திலோ

அவனோடிருக்க வேண்டும்
எல்லா ருதுவிலும் பனியிலும்
ஒன்றோடு ஒன்றாய்க் கலந்து
அவனது விட்டொழிக்க இயலாக் கழுத்தில்
துயர்மிகு முடிச்சாய் பினணந்து.

கொடுத்துவிடு என்னிடம் உனது கரங்களையும் உனது காதலையும்

கொடுத்துவிடு என்னிடம்
உனது கரங்களையும் உனது காதலையும்.
கரங்களை என்னிடம் கொடுத்துவிட்டு
நடனமாடு என்னுடன்
ஒரு தனித்த மலரன்றி வேறொன்றுமல்ல
ஒரு தனித்த மலரே தான், நாமிருவரும்

தாள கதி மாறாது என்னோடு நடமிட்டு
நீயொரு கீதமிசைப்பாய் என்னோடிணைந்து
காற்றில் ஒரு புல்லன்றி வேறொன்றுமல்ல
காற்றில் ஒரு புல்லே தான், நாமிருவரும்

நம்பிக்கை நானென்றும்
நறுமண ரோஜா நீயென்றும் பெயர் நமக்கு
பெயரிழந்து விடுதலையாவோம் நாமிருவரும்
மலைகளிலொரு நடனம் தான், வேறொன்றுமல்ல
மலைகளிலொரு நடனமே தான், நாமிருவரும்

எதைக் காதலித்தாய்?

என் உயிரின் உயிரே, எதை நீ விரும்பினாயோ
அதையே நான் இசைக்கிறேன்
ஒருவேளை நீ அருகிருந்தால்,
ஒருவேளை கேட்டுக்கொண்டிருந்தால்
இம்மாலையில் எனை நினைவுகூர்
என் உயிரின் உயிரே, நான் அசைவற்றிருக்க இயலாது
நாம் ஒருபோதும் சொல்லாக் கதைகள் எவையெவை?

என் உயிரின் உயிரே, நான் மாறாதிருக்கிறேன்
வேறொர் பக்கம் சாயாவோ பேதமுறவோ இல்லை
நிழல் நீளும் பொழுதில் என்னிடம் வா என்னுயிரின் உயிரே
நீ அறிந்திருந்தாய் அப்போது, எனது பெயரை
அந்தப் பாடலும், நானும் இன்னும் மாறாதிருக்கிறோம்
காலமும் இடமும் கடந்து நம்பிக்கையோடிருக்கிறேன்
இப்பாதையைத் தொடர், அன்றி எதனையும் தொடராதே
இரவையும் காற்றையும் கண்டு அச்சமுறாது
அழை என்னை, வா என்னிடம்
இதோ இறுதியில் என்னோடு நடந்து வா,
என் உயிரின் உயிர்த் தோழனே

நான் தனியல்ல

இரவு யாருமற்றிருக்கிறது
அந்த மலைகளிலிருந்து கடல் வரை
ஆயினும் உன்னைத் தாலாட்டும் நானோ
தனியல்ல

அந்த கடலில் விழுந்த நிலவால்
வானம் வெறுமையாயிருக்கிறது
ஆயினும் உனைப் பற்றியிருக்கும் நானோ
தனியல்ல

உலகம் சூன்யமாயிருக்கிறது
எல்லா உடலும் துயரென அறிந்திருக்கிறாய்
ஆயினும் உனை மார்புறத் தழுவியிருக்கும் நானோ
தனியல்ல

குறும் பாதங்கள்

ஒரு குழந்தையின் குறும் பாதங்கள்
குளிரில் கன்றிப் போய், நீலம்பாரித்திருக்கின்றன
உனைப் பாதுகாக்காமல் வெறுமே பார்த்துக்கொண்டிருக்க
எவ்வாறு இயல்கிறது இவர்களுக்கு?

கூழாங்கற்கள் சிராய்த்த
ஊமைக்காயத்துடன் சிறு பாதங்கள்
பனியிலும் நிலத்திலும் வருந்தியிருக்கின்றன

குருட்டு மனிதர்கள் புறக்கணித்துச் செல்கிறார்கள்
நீ செல்லுமிடமெல்லாம்
ஒளி பொருந்திய மலரை மலர்த்திச் செல்வதையும்
உனது உள்ளங்கால்களில் கசியும்
குருதியில் துளிர்க்கும் நறுமணம் மிகுந்த சம்பங்கி மலர்களையும்.

இருப்பினும் நெடிய சாலைகள் வழியே
நிர்பயமாய் நடந்து செல்கிறாய் அப்பழுக்கற்று

இரு துன்புறும் விலைமதிப்பில்லா ரத்தினங்களென
குழந்தையின் குறும் பாதங்கள்
எப்படிக் கடந்து செல்கிறார்கள் இவர்கள்
எதையும் கண்டுகொள்ளாமல்

அன்னியன்

அவள் செல்லும் வழியில் தனது
சீற்றமிகு கடல் பற்றிப் பேசுகிறாள்
அறிமுகமற்ற கடற்பாசியிடமும்
அநாமதேய கடற்கரை மணலிடமும்

ஒரு வடிவமற்ற, எடையற்ற கடவுளிடம்
மரணப் பிடியிலிருக்கும் மூதாட்டியெனப் பிரார்த்திக்கிறாள்
இப்போது எங்கள் தோட்டத்தில் மிக விசித்திரமாக
பயிரிட்டாள் மிக விநோதமான கள்ளிச்செடிகளையும்
வேற்றுக்கிரகப் புற்களையும்
பாலைவனத் தென்திசைக் காற்று
நிரப்புகிறது அவளைத் தன் சுவாசத்தால்
அவள் தூய ஆவலுடன் அதனை அப்பழுக்கற்று
நேசிக்கிறாள் தீவிரமாய்
ஒருபொழுதும் பேசியதில்லை அவள்
ஒருவேளை பேசக்கூடுமெனில்
அது பெயரற்ற நட்சத்திரங்களின் முகமாயிருக்கும்
நம்மிடையே அவள் வாழக்கூடும் ஒரு எண்பதாண்டுக் காலம்
இருப்பினும் எப்பொழுதும் புதியவளாய்
சின்னஞ்சிறு உயிரிகள் மட்டுமே புரிந்துகொள்ளும்
தாவரங்களின் சிணுங்கும் மொழி பேசியபடி
தாங்கொணாத் துயரில் என்றேனும் ஓரிரவில்
விதியைத் தன் தலையணையாய் வைத்தபடி
நம்மிடையே அவள் இறக்கக்கூடும்
மரணம், மௌனமாயும் அந்நியமாயும்

ஒளிமிகு சைத்தன்யன்

எனது பாடலை வீணாக
ஒடுக்கப் பார்க்கிறாய்
லட்சக்கணக்கான குழந்தைகள்
இசைக்கிறார்கள் அதனைக்
கோஷ்டிகானமாய்
சூரியனின் கீழ்

எனது துயர கவிதைகளின் வரிகளை
வீணாக உடைக்கப் பார்க்கிறாய்
அந்தக் குழந்தைகள் அவற்றைப்
பாடுகின்றன
இறைவனின் காலடியில்

நம்பிக்கை

நான் இதய பூர்வமாய் விசுவாசிக்கிறேன்
புண்பட்ட இதயம் இறை கீதத்தின் ஆழத்தில் மூழ்குமெனில்
அது புதிதாய்ப் பிறந்தது போல்
அத்தடாகத்திலிருந்து மேலெழும்புமென

என்னிலிருந்து எதைப் பிழிந்தெடுக்கிறேன்
என்பதில் முழு நம்பிக்கையோடிருக்கிறேன்
வாழ்வுக் கித்தானில்
துயரத்தின் ஒரு துளி சிவந்த வண்ணமேற்றி
அதனையே ஒளிமிகு அங்கியாக
என் மீது தரித்துக் கொள்வேன்

நடனமாடாதவர்

ஒரு ஊனமுற்ற குழந்தை கேட்டது
“நானெப்படி நடனமாடுவேன்”
உன் இதயம் நடனமாடட்டும் - என்றோம்
பிறகு அந்த நோயுற்று பலமிழந்தவன் கேட்டான்
“நானெப்படிப் பாடுவேன்”?
உன் இதயம் பாடட்டும் - என்றோம்

பிறகு ஒரு இறந்த முட்செடி பேசியது
“ஆனால், நானெப்படி நடனமாடுவது”
உன் இதயம் பறந்து காற்றிடம் செல்லட்டும் - என்றோம்

பின்பு கடவுள் சொர்க்கத்திலிருந்து பேசினார்
“இந்த நீல விசும்பிலிருந்து நானெப்படி இறங்குவேன்”?
இங்கு வந்து இவ்வெளிச்சத்தில்
எங்களுக்காக நடனமாடுங்கள் - என்றோம்
எல்லாப் பள்ளத்தாக்குகளும் சூரியனின் கீழே
நடமிடுகின்றன ஒன்றுகலந்து
எங்களுடன் நடனத்தில் கலந்துகொள்ளாதோர் இதயம்
மாறியுள்ளது தூசியாக, வெறும் தூசியாக

ஆண்டுவிழா

இதோ நாம் தொடர்ந்து
போய்க்கொண்டேயிருக்கிறோம்
நித்திரையும் விழிப்புமற்று
அந்தச் சந்திப்பை நோக்கி
நாம் ஏற்கெனவே அங்கிருப்பதை அறியாமலே
அந்த மௌனம் பூரணமானதாய்
மேலும் அந்த மென்னுடல் காணாது போய்விட்டதாய்.
இன்னும் அந்த அழைப்பு கேட்கவில்லை
அழைத்தவரும் தன் முகத்தைக் காட்டவில்லை
ஒருவேளை இது, என் ஆருயிரே,
எவ்வித சலனமுமற்ற நித்திய முகத்தினதும்
எவ்வித வடிவமுமற்ற ராஜ்ஜியத்தினதுமான பரிசாயிருக்கலாம்

வான் ரமோன் ஹிமெனெஸ்

வான் ரமோன் ஹிமெனெஸ்

பிரக்ஞை எனும் சுய உணர்வு மட்டும் இல்லையெனில் கல்லறைக்கும் கருவறைக்கும் ஒன்றும் அதிக வித்யாசம் ஏதுமில்லை.

- வான் ரமோன் ஹிமெனெஸ் (1881-1958)

படைப்புகளின் மூலமே ஒரு படைப்பாளி தான் யாரென்பதை உலகுக்குச் சொல்கிறான். படைப்புகளின் வழியாகவே தன்னையும், தனது ஆழ்மன உணர்வுகளையும், திளைப்புகளையும், சுவடுகளையும் விட்டுச் செல்கிறான். படைப்புகளே அவன் யாரென்பதைக் காட்டும் காலக் கண்ணாடியாயிருக்கின்றன.

20ம் நூற்றாண்டின் தலைசிறந்த ஸ்பெயின் நாட்டுக் கவிஞரும், கவிஞர்களின் கவிஞர் என்று பிரியமாக அழைக்கப்படும் வான் ரமோன் ஹிமெனெஸ் ஏழாம் வயதிலேயே தமது முதற் கவிதையை எழுதியவர். ஸ்பெயின் நாட்டின் மலைத்தொடர்கள் நிறைந்த ஆண்டலூசியாவின் மாகுவெர் நகரில் 1888ல் பிறந்த இவர் தனது அற்புதமான அழகியல் ததும்பும், இசைமயமான கவிதைகளுக்காக 1956ல் நோபல் பரிசு பெற்றார்.

ஆன்மாவை அசைக்கும் தமது படைப்புகளில் இவர் தன்னை ஒரு கடவுளாக, இயற்கையாக, பிரபஞ்சமாகத் தீட்டியிருக்கிறார். தான் வாழ்ந்த ஆண்டலூசிய நிலப்பரப்பை அதீதமாகக் கொண்டாடும் விதமாகவே இவரது கவிதைகள் அங்கிருந்த இயற்கை அழகையும், பறவைகளையும், பூக்களையும், பழங்களையும், தோட்டங்களையும்

பாடுகின்ற காட்சிப்படுத்தும் கவிதைகளாக அமைந்திருக்கின்றன. ஒரு சாதாரண வாசகனைக் கூட கவித்துவ உயரங்களுக்கு எடுத்துச் செல்லும் வல்லமை மிக்கதாகவும் புத்துணர்வு ததும்பும் கலைநயமிக்கதாகவும் இவரது கவிதைகள் அமைந்துள்ளன.

ஓவியர் டெகாஸும் கவிஞர் மல்லார்மேயும் (Painter Degas, Mallarme), உரையாடியதைப் பற்றிக் குறிப்பிடும் பால் வேலரி (Paul Valery) சொல்கிறார்: டெகாஸ் ஒரு கவிதையெழுத நெடுநேரம் தவிக்கிறார். அந்தக் கவிதை அவருள் விழ மறுக்கிறது. இயலாமையின் வேதனையில் மல்லார்மேயிடம் "என்னிடம் சிந்தனைக்கும் கருப்பொருளுக்கும் பஞ்சமே இல்லை... ஆனாலும்" என்று வியந்து சொல்கிறார். அதற்கு மல்லார்மேயும் மிக மென்மையாய் "ஆனால் டெகாஸ், ஒரு கவிதை என்பது சிந்தனையில் பிறப்பதல்லவே அது மொழியிலிருந்தல்லவா பிறக்கிறது" என்று பதிலிருக்கிறார். மல்லார்மே குறிப்பிட்டது போல மொழியில் வண்ணங்களையும் இயற்கையினையும் பிழிந்து வைத்திருக்கும் ஹிமெனெஸின் கவிதைகள் ஸ்பெயின் முழுவதிலும் மிகச் சிறந்ததெனப் போற்றப்பட்டு அவர் கவிஞர்களின் கவிஞர் எனப் புகழப்பட்டார்.

ஹிமெனெஸின் ஆரம்பகாலக் கவிதைகள் மிக்க அலங்காரம் மிக்கவையாகவும் காதல் சொட்டும் கனவுகளின் உலகமாகவுமே இருந்தது. ஜெர்மானிய காதல்வாதமும் ரொமெண்டிஸிஸமும் பிரஞ்சு நாட்டின் குறியீட்டுவாதமும் சிம்பாலிஸமும் இவரது கவியாளுமைக்கு மாபெரும் தூண்டுதலாய் அமைந்திருந்தன. இயற்கை, மரணம், இருண்மை, ரகசியக் காதல், போன்றவையே இவரது கவிதைகளின் கருப்பொருளாயிருக்கின்றன.

அழகியலும் ஆன்மீகமுமான இவரது கவிதைகள் ஒருவகையான மாய ஈர்த்தலைத் தன்னிடத்தில் கொண்டிருக்கின்றன. ஹிமெனெஸ் தமது கவிதைகளுக்கான உந்துதலை பால் வேலரின் கவிதைகளிலிருந்தும் ஸ்பானிய-அமெரிக்க நவீனத்துவத்தின் முன்னோடியான ரூபென் டேரியோவிடமிருந்தும் பெற்றிருக்கிறார்.

ஆனால் ஹெமெனெஸ் 1917க்குப் பிறகு எழுதிய கவிதைகள் பியூர் பொயட்ரி (pure poetry) எனச் சொல்லப்படும் முழுமையான

சாரம் மிக்க நிர்வாண கவிதைகளாகவே இருந்தன. இக்கவிதைகள் உலகின் அழகையும் ஒற்றுமையையும் பிரகடனப்படுத்தும் ஒரே உட்கருத்துடனிருந்தன. இசையும், வண்ணமும், காதலும், காமமும் இவரது கவிதையின் தனிச்சிறப்பு.

தனது நிலத்தையும் மக்களையும் மகிழ்வுடன் கொண்டாடின இவரது படைப்புகள். சிறுவயது முதற்கொண்டே கவிதைகள் எழுதத்தொடங்கிய ஹிமெனெஸ் ஓவியத்திலும் மிகுந்த நாட்டமுடையவராயிருந்தார். பிறகு, ஓவியத்தை விடுத்து தன்னை முழுமையாய் எழுத்துக்கு ஒப்படைத்தார்.

1900ல் அவரது தந்தையின் மறைவு அவர் மீது பேரிடியாய் இறங்கியது. ஆழ்ந்த துக்கத்தின் பிடியிலிருந்த அவரை மனச்சிதைவு நோய் பாதித்தது. எப்போதும் மரணம் குறித்த பயமும் சிந்தனையும் அவரை வாட்டத் தொடங்கின. மரணப் பாழியின் உள்ளிருந்தபடி தனது அதீத அழகுணர்ச்சியோடான போராட்டமாகவே இருந்தது அவரது கவிதை வெளி. மிகவும் துயருற்று மனநிலை பாதிக்கப்பட்டிருந்த அவர் பிரான்ஸில் ஒரு மனநிலைக் காப்பக மருத்துவமனையில் அனுமதிக்கப்பட்டிருந்தார்.

தம் 24ம் வயதிலிருந்து 31ம் வயதிற்குள் அவர் 9 கவிதைத் தொகுதிகளை வெளியிட்டார். ஊதாப்பூக்களின் ஆன்மா ("Souls of Violet") என்ற தொகுதியும் நீர்அல்லிகள் ("Water Lilies,") எனும் தொகுதியும் அவற்றில் குறிப்பிடத்தக்கவை. பிறகு சில ஆண்டுகள் அந்தக் கவிதைத் தொகுதிகளைத் திருத்தி எழுதுவதில் மிகுந்த கவனத்துடன் செயல்பட்டார். தனது கவிதைகள் குற்றமேதுமற்ற பூரணத்துவம் பெறவேண்டும் என்று ஹிமெனெஸ் மிகுந்த பிரயாசைப் பட்டபோதிலும் அத்தகையதொரு பூரணத்தை அடைதல் இயலாது என்றும் தெளிவாக அவர் அறிந்தேயிருந்தார்.

ஸ்பெயின் தேசம் போற்றிப்புகழும் மாபெரும் கவிஞராக இருப்பினும் ஹெமெனெஸ் ஆங்கில உலகில் அதிகம் அறியப்படாத கவிஞராகவே இருந்தார். இவரது மனநிலை பாதிப்பும், குணநலக்கேடும், மற்ற சமகாலக் கவிஞர்களுடனான உறவின்மையும், அரசியல் போக்குமே இதன் முக்கிய காரணமாயின. துயரமும் குழம்பிய மனநிலையும் இவரது

படைப்புலகில் நீண்ட மௌனங்களை உருவாக்கியது. அடிக்கடித் தனது படைப்புகளைத் திருத்தியதும், மாற்றியமைத்ததும் படைப்புகள் வெளியாவதைத் தாமதப்படுத்தின.

ஆக்டேவியாபாஸ் இவரது 'வெளி' எனும் கவிதையை அந்த நூற்றாண்டின் தலைசிறந்த ஸ்பானியக் கவிதை என்று குறிப்பிட்டுள்ளார்.

1940-ல் மருத்துவமனையை விட்டுத் திரும்பிய பிறகு இவருக்குள் ஒரு புத்துணர்ச்சி பேரலையாய் எழும்பியது. 'காலமும் வெளியும்' என்ற படைப்பு அச்சமயத்தில் உருவானது. அதற்குப் பிறகு ஹெமெனெஸ் மறுபடியும் உயிர்த்தெழுந்தது போல் உணர்ந்தார். கள் மாந்திய வண்டென அவரது கவிதைகள் களிப்புடனும் உயிர்ப்புடன் உருவாகின.

காலம்
இன்றையும் நாளையையும்
இணைக்கின்ற பாலமாய் இருக்கிறது
அதன் கீழிருந்து
கனவென ஓடுகிறது நதி
பாலத்தின் கீழான நதியோட்டமே
கவிதை

என்கிறார் ஹிமெனெஸ் தனது 'காலமும் வெளியும்' எனும் புத்தகத்தில்.

ஜெனோபியா கேம்ப்ரூபி என்னும் பெண் கவிஞர், நோபல் பரிசு பெற்ற இந்தியக் கவிஞரான ரபீந்திரநாத் டாகூரின் கவிதைகளை ஸ்பானிய மொழிபெயர்த்த போது அப் படைப்புகளை 1912-ல் ஹிமெனெஸ் அவருடன் சேர்ந்து மொழிபெயர்த்தார். பிறகு அவர் காதல் வயப்பட்டு ஜெனோபியாவையே மணம் புரிந்து கொண்டார்.

இவரது ஆரம்பகாலக் கவிதைகள் போலவே காதல் வயப்பட்டு காதலும் காமமும் ததும்பும் கவிதைகளை தனது திருமணத்திற்குப் பின் எழுதிக்குவித்தார் ஹிமெனெஸ். ஆயினும் அவரது மனைவி திறந்த புத்தகம் போன்று எழுதப்பட்டிருந்த அக்கவிதைகளை வெளியிடுவதற்கு கடும் மறுப்பு தெரிவித்ததால் அவற்றை வெளியிடும் எண்ணத்தைக் கைவிட்டார்.

அவரது காமம் மிளிரும் கவிதைகள் 2007 வரை ரகசியமாகவே இருந்தன. பிறகு அவரது 100 கவிதைகள் லிபெரொஸ் டி அமொர்

(Book of Love) எனும் பெயரில் வெளியிடப்பட்டன.

பொதுவாக ஸ்பானிய இலக்கியங்களில் காணப்படாத காம உணர்வினை மிகச் செறிவான மொழியுடனும் இசைத்தன்மையுடனும் அற்புதமாய் படைத்திருக்கிறார் ஹிமெனெஸ். ஜெனோபியா ஹிமெனெஸின் வாழ்க்கைத் துணையான பிறகு அவரது படைப்புக்கான மிகப்பெரும் தூண்டுதலாகவும், தோழியாகவும், அவரது இலக்கிய நெடும்பயணத்தின் ஆத்மார்த்த இணைபிரியாத் துணையாகவும் இருந்தார்.

ஒரு புகழ்பெற்ற கவிஞனாயிருந்த ஹெமெனெஸ் 1917ல் பிளேட்டெரோவும் நானும் என்ற மிகச் சிறந்த நாவலைப் படைத்தார். இந்த நாவல் மூலம் ஹெனெனெஸ் பெரும் புகழடைந்தார். இவரது இலக்கியப் படைப்புகளில் தலைசிறந்த பியூவெர்டோ ரிக்கன் எழுத்தாளர்களான கியான்னியா பிராச்சி, ரெனெ மார்க்குவஸ் மற்றும் மானுவல் ரமொஸ் ஓட்டெரோ (Giannia Braschi, Rene Marques, and Manuel Ramos Otero)ஆகியோரின் ஆழமான மாதிப்புகள் இருந்தன.

ஹிமெனெஸ் ஒரு தலைசிறந்த கவிஞராக மட்டுமின்றி, மிகச் சிறந்த கட்டுரையாளராகவும், நாவலாசிரியராகவும், இலக்கிய விமர்சகராகவும் திகழ்ந்தார். ஸ்பெயினில் உள்நாட்டுப் போர் வெடித்த போது அவர் தன் மனைவியான ஜெனோபியாவுடன் கியூபாவிற்கு நாடு கடத்தப்பட்டார். இறுதியில் 1946ல் அவர் பியூவெர்டொ ரிக்கோவில் தம் வாழ்நாளின் இறுதிப் பகுதியைக் கழித்தார். மறுபடியும் அவருக்கு மனநிலைப் பாதிப்பு ஏற்பட்டு எட்டு மாதங்கள் மருத்துவமனையில் கழித்தார். உடல் நிலை தேறிய பின் அவர் மேரிலேண்ட் பல்கலைக்கழகத்தில் மொழியியல் மற்றும் இலக்கியப் பேராசிரியராய் பணிபுரிந்தார்.

இவரது இடையறா இலக்கியப் பணிக்காக இவருக்கு இலக்கியத்தின் மிக உயரிய விருதான நோபல் பரிசு வழங்கப்பட்டது. கருவறைப்பாதையில் புற்றுநோயினால் பாதிக்கப்பட்டிருந்த அவரது மனைவி ஜெனோபியா ஹிமெனெஸ் நோபல்பரிசு வாங்கிய மூன்றாம் நாளில் இறந்து போனார். ஜெனோபியாவின் இழப்பு ஹிமெனெஸ்ஸை மிகவும் ஆழமாகப் பாதித்தது. அந்த மீளாத்துயரில் இருந்து அவரால் விடுபடவே இயலாது போக, அடுத்த இரண்டு ஆண்டுகளில் 1958ம் வருடத்தில் தம் ஆருயிர் மனைவி ஜெனோபியா இறந்த மருத்துவமனையிலேயே உயிர் நீத்தார்.

நான் நானல்ல

நான் நானல்ல
நானே பார்க்க இயலாமல் என்னருகில் நடப்பவனும்
எப்போதாவது நான் சென்று சந்திப்பவனும்
சில சமயங்களில் நான் மறந்து விடுபவனும்
நான் உரையாடும் தருணங்களில்
அமைதியாக இருப்பவனும்
நான் வெறுத்து ஒதுக்கும் போது
இனிமையுடன் மன்னிப்பவனும்
நான் அறைக்குள்ளிருக்கையில்
வெளியே உலவிக்கொண்டிருப்பவனும்
நான் இறந்துவிடுகையில்
உயிரோடு நின்றுகொண்டிருப்பவனுமே
நானாயிருக்கிறேன்

பௌர்ணமி

திறந்து கிடக்கிறது அந்தக் கதவு
சில்வண்டுகள் இசைக்கின்றன
வயல்வெளிகளில் அலைகிறாயா
நிர்வாணமாய் நீ?

எல்லாவற்றின் உள்ளும் புறமுமாய்
அலையும் ஜீவ நதியென
காற்றிலெங்கும் உலவுகிறாயா
ஆடையற்று நீ?

உறங்கவில்லை துளசிச் செடி
சுறுசுறுப்பாய் சுற்றுகின்றன எறும்புகள்
அலைந்தபடியிருக்கிறாயா வீட்டிற்குள்
ஆடைகளேதும் அணியாது நீ?

பிரக்ஞை

ஆசை மிகுந்திருக்கும் என்னை
உலகெங்கிலும் சுமந்தலைகிறாய்
பிரக்ஞையே
இதோ இம்மூன்றாம் கடலில்
கேட்கிறேன் கிட்டடத்தட்ட உனது குரலை
உனது குரலும் அந்தக் காற்றும்
எல்லா அசைவுகளையும் முழுமையாய் நிரப்ப
அழிவற்ற வண்ணமாகவும் ஆதியந்தமற்ற ஒளியாகவும்
கடலின் நிறமாகவும் கடலின் ஒளியாகவும்

ஒரு வெண்நெருப்பாய் உனது குரல்
இந்த நீராலான உலகில், கப்பலில், வானில்
வீதிகளை வரைகிறது மகிழ்வில்
எனது ஒளிவட்டத்திலிருந்து பிரகாசிக்கும் ஒளியுடன்
செதுக்குகிறாய் என்னை
நடுவில் ஒளிவீசும் வைரத்துடனான
ஒரு கரிய உடலென.

சமுத்திரங்கள்

எங்கோ எனது படகு அதியாழத்தில்
ஏதோவோர் பிரம்மாண்டத்தில்
சிக்கியிருப்பதாய் உணர்வெழுகிறது என்னுள்
ஆயினும் நிகழவில்லை ஏதும்
ஒன்றுமற்ற மௌனம்....அலைகள்

ஏதும் நிகழவில்லையா அன்றி
எல்லாமே நிகழ்ந்தேயிருந்ததா?
நின்றுகொண்டிருக்கிறோமா நாமெல்லோரும்?
அமைதியாய் புதியதொரு வாழ்வில்?

உலகத் திருவிழா

உலகத் திருவிழாவினூடே
கரம் பிடித்து இழுத்துச் செல்லப்படும்
கவனம் சிதறிய குழந்தையாய் இருக்கிறேன்.
விசனமுடன் என் விழிகள்
பற்றியிருக்கின்றன சுற்றியிருக்கும் பொருட்களை
எவ்வளவு துன்பகரமானது
என்னை அவற்றிலிருந்து
அவர்கள் கிழித்தெடுத்துச் செல்வது

என்ன நிகழ்கிறதென எவரறியக்கூடும்?

ஒவ்வொரு கணத்தின் மறுபுறத்திலும்
என்ன நிகழ்கிறதென எவரறியக்கூடும்?

எத்தனை உதயங்கள்
நிகழ்ந்திருக்கக்கூடும் ஒரு மலையின் பின்னே

தூரத்தில் கூடும் மேகங்கள்
எத்தனை எழிலுடன் இருந்திருக்கக்கூடும்
ஏற்கனவே உருவான இடியொன்றின்
ஒலி ஜொலிக்கும் உடலாய்

இந்த ரோஜா விஷமானது
அந்த வாளோ உயிரூட்டியது

இந்தச் சாலையின் முடிவில் எதிர்நோக்கியிருந்தேன்
பூக்கள் நிறைந்த ஒரு புல்வெளியை
ஆயினும் நானோர்
சதுப்புநிலத்திலிருந்தேன்

மனிதத்தின் மகத்துவத்தை
எண்ணிப்பார்த்த போது
கண்டறிந்தேன் என்னை தெய்வீகத்தில்

கேடிஸ் நகரக் கோட்டைச்சுவர்

எல்லாவற்றையும் போல
சமுத்திரமும் ஓர் பிரம்மாண்டம்
இப்போதும் உன்னோடிருப்பதாகவே
நான் உணர்கிறேன்
வெகுவிரைவில் இனி நம்மைப்
பிரித்துவிடும் இந்த நீர்ப்பரப்பு
நீர், அமைதியற்று அலையும்
நீர், நீர் மட்டுமே

இரவுக்குக் காத்திருக்கும் தெரு

இரவுக்குக் காத்திருக்கின்றது அந்தத் தெரு
எல்லாம் வரலாற்று நிசப்தம்
நடைபாதை மரங்கள்
உறங்குகின்றன ஆகாயத்துடன்

கத்தரி ஊதாவாய் துயர்மிகு வானம்
மின்னும் நட்சத்திரங்களின்
அறிமுகத்துடன் அதி அழகாய்
ஒளிரும் ஏப்ரல் வானம்

இப்போதந்த கம்பிகளிட்ட சன்னலில்
ஒளிர்கின்றன விளக்குகள்
மூடியிருக்கும் கதவை நோக்கி
குரைக்கின்றது நாயொன்று
வழவழப்பான இரவுவான் நோக்கி
சுருண்டுகிடக்கிறது ஓர் கரும்பூனை

அந்த மஞ்சள் விளக்கு
அந்தப் பார்வையற்ற குழந்தைகளின் அமைதி
அந்த ஜன்னல்களின் பழங்கால நினைவலைகள்
அந்த மரணத்தின் ஆகர்ஷணம்

கடற்பயணியின் கல்லறை வாசகம்

உனது கல்லறையைத் தேடும் ஒருவன்
தேவலோகத்தில் தான் அதனை
கண்டறியக்கூடும்
ஒரு நட்சத்திரத்திலிருந்து
மழையென பெய்கிறது
உனது மரணம்
ஒரு கல்லறை
உன்னைப் புதைத்துவிட இயலாது
அது ஓர் கனவுகளின் உலகம்
இல்லாதிருக்கிறாய் நீ
எல்லாவற்றிலும்
புவி வான் கடல்
எல்லாவற்றிலும் மரணித்து

ஒவ்வோர் இதழாய் பிரித்தெடுத்தேன்

உனது ஆன்மாவைக் காணும் ஆவலில்
ஒரு ரோஜாவென உன்னை
ஒவ்வோர் இதழாய் பிரித்தெடுத்தும்
காணவில்லை

ஆயினும்
எல்லாவற்றிலும்
வயல்வெளிகளின் தொடுவானிலும்
சமுத்திரங்களிலும்
எல்லாவற்றிலுமே
முடிவற்றதாயிருந்தவற்றிலும் கூட
ஒரு நறுமணமும் அளப்பெரிய வாழ்வும்
நிரம்பியிருந்தது

ஷேமஸ் ஹீனி

ஷேமஸ் ஹீனி

இயற்கையெழில் ததும்பும் வட அயர்லாந்தின் கேஸல்டாஸன் எனும் நகரில் (castledawson, Country Derry) ஒரு சாதாரண விவசாயக் குடும்பத்தில் பிறந்தவர் ஷேமஸ் ஹீனி. .கால்நடை வியாபாரத்தைத் தனது பிரதான தொழிலாகக் கொண்டிருந்த இவரது தந்தை ஹீனிக்கு இயற்கையின் அழகையும் இயற்கை சார்ந்த வாழ்வின் இனிமையையும் அறிமுகம் செய்தார். அதே சமயத்தில், அவருக்கு குழந்தைப் பருவத்திலேயே நவீன உலகத்தை அறிமுகம் செய்வித்தது அவரது தாயின் குடும்பப் பின்னணி. அயர்லாந்தின் அற்புதமான கிராமியச் சூழலும் தொழிற்புரட்சியின் நவீனமயமாக்கலும் இவரது வாழ்க்கை நதியின் இரு கரைகளாயிருந்தன.

தனக்குள்ளே உருவான வாழ்வு சார்ந்த பதற்றங்களைத் தன் பெற்றோரிடமிருந்தும், தான் வளர்ந்த சூழலில் இருந்தும் பெற்ற ஷேமஸ் ஹீனி, மொழிக்கும் மௌனத்திற்கும் இடையிலான நெடிய பயணத்தையே தனது வாழ்வெனக் குறிப்பிடுகிறார். அதிகம் பேசாத தந்தையும், எப்போதும் வெளிப்படையான உரையாடலுக்குத் தயாராயிருந்த தாயும் சேர்ந்து உருவாக்கித்தந்த குடும்பச் சூழலே இவர் தன்னைத்தானே அறிந்து கொள்வதற்கும், தனக்குள்ளாகவே ஆழ்ந்த உரையாடல்களை நிகழ்த்தவும் அடித்தளமாய் அமைந்தது. அந்தத் தளத்திலிருந்துதான் உருவாயின அவரது கவிதைகள்.

இவரது பெற்றோரின் ஒன்பது குழந்தைகளில் மூத்த குழந்தையான இவர் சிறுவயது முதற்கொண்டே தனது வீட்டிற்கு அருகாமையில் இருந்த வயல்வெளிகளில் சுற்றித் திரிவார். அங்கு அமைந்திருந்த ராணுவ முகாமில் நார்மண்டி படையெடுப்பை எதிர்கொள்வதற்காகத்

தம்மைத் தயார்ப்படுத்திக் கொண்டிருந்த அமெரிக்கச் சிப்பாய்களைக் கூர்ந்து கவனிப்பார். அவ்வாறு நுட்பமாகத் தான் வளர்ந்த சூழலை ஆழ்ந்து கவனித்து வந்த ஹீனி, தன்னைச் சரித்திரத்திற்கும் அறியாமைக்கும் இடையிலான பிரக்ஞையாகவும், இயற்கைக்கும் கவிதைக்குமான பிரதிநிதியாகவும் கற்பித்துக்கொண்டார்.

அவரது குடும்பம் 1953 -ல் கிராமத்தின் வயல்வெளிகளை விட்டுக் குடிபெயர்ந்தது. அதற்குப் பின்னான அவரது வாழ்வு தொடர்ந்த பல இடமாற்றங்களுக்கு ஆளான போதும், அந்த இடமாற்றங்கள் அவரைப் பொறுத்தவரை பூகோளரீதியாக இருந்தனவேயன்றி மனோரீதியானவை அல்ல. அவர் பிறந்த மண்ணான டெர்ரி (Country Derry) அவரது கவிதைகள் உருவாகக் காரணமாயிருந்த 'மனதின் தேசமாக' இருந்தது.

1957 முதல் 1972 வரை அவர் பெல்ஃஃபாஸ்ட் நகரில் வசித்து வந்தார். அதன் பிறகு அயர்லாந்துக்குக் குடிபெயர்ந்த ஹீனி பிறகு அதனையே தனது இருப்பிடமாகக் கொண்டார். இருப்பினும், தவிர்க்க இயலாத இந்த இடமாற்றங்களே, அவரை அந்த வயல்வெளியில் இருந்து பிரித்தெடுத்து, கல்வியெனும் சொர்க்கத்திற்கு வழியனுப்பி வைத்தது என்று கூறுகிறார். செயிண்ட் கொலம்ப் கல்லூரியில் கற்றுக்கொண்ட லத்தீன் மற்றும் ஐரிஷ் மொழிகளும் குவீன்ஸ் பல்கலைக்கழகத்தில் கற்றுத்தெளிந்த ஆங்கிலோ சாக்ஸன் மொழியும் இவர் ஒரு மாபெரும் கவிஞராக உருவாகக் காரணமாய் அமைந்தன.

பெல்பாஸ்ட் நகரில் ஒரு இளம் ஆசிரியராய் பணிபுரிந்தபோதே முதல் கவிதையினை எழுதத் தொடங்கினார். அதன் பிறகு 1975-ல் மிக முக்கியமான தம் கவிதைத் தொகுப்பை வெளியிட்டார். முதன் முதலில், 1960களில் இவரது கவிதைகள் பொது மக்களின் கவனத்தை ஈர்க்கத் தொடங்க, அவர் அயர்லாந்தின் எழுத்துலகில் 'Northern School' என்றழைக்கப்பட்ட கவிஞர்களுடன் இணைந்து செயல்பட்டார். ஹீனியின் கவிதை நடை அவரது சமகாலக் கவிஞர்களான மைக்கேல் லாங்லே (Michael Longley), டெரக் மஹோரான், (Derek Mahon) பால் முல்டூன் (Paul Muldoon), மெட்ப் மெக்கக்கியன் (Medbh McGuckian), மற்றும் சியரன் கார்சன் (Ciaran Carson), ஆகியவர்களிடமிருந்து முற்றிலும் வேறுபட்டிருந்தாலும், சமூகச் சூழல், சமயம், பொருளாதாரம், மற்றும்

அரசியல் ஆகிய வெவ்வேறு தளங்களில் வேறுபட்டும், ஒரு கால் நூற்றாண்டுக் கொடுமையினாலும் அகவய நம்பிக்கையின்மையாலும் இருண்டு இருந்தது.

இத்தகைய துன்பச் சூழலின் அவதி 1970களில் ஹீனியின் மனோநிலையினை இருண்மையாக்கியதெனினும் கவிதை மீதான பொறுப்பு குறித்தும் இவ்வுலகில் தனது சுயஉரிமைகள் குறித்தும் பலவிதமான கேள்விகளையும் எழுப்பத் தவறவில்லை. கவிதையென்பது எழுத்துச் சுதந்திரத்திற்கும் ஒரு நாட்டின் பிரஜையாகவும் அதே சமயத்தில் கவிஞனாகவும் இருக்குமொருவன் சமூகப் பிரக்ஞையோடு வெளிப்படுத்தக்கூடிய உணர்வுகளுக்கும் இடையேதான் உலவுகின்றது என்பதை நன்கு உணர்ததே இருந்தார். இவரது முக்கியமான உரைநடைத் தொகுப்புகளான நாவின் அரசியல் (The Government of the Tongue) மற்றும் கவிதையின் திருத்தம் (The Redress of Poetry) ஆகியவை இவரது இலக்கியப் பொறுப்புணர்வோடு கூடிய ஆழ்ந்த அகவயக் கேள்விகளின் வெளிப்பாடு என்றே சொல்லலாம். 1980களில் நாடக ஆசிரியரான பிரையன் ஃப்ரியல் மற்றும் ஸ்டீபன் ரியல் ஆகியோர் இணைந்து தொடங்கிய நாடகக் கம்பெனியான ஃபீல்ட் டே-யில் பத்து வருடங்களுக்கும் மேலாக பங்கேற்றுச் செயல்பட்ட போது ஷெமஸ் டேன், டாம் பாலின், போன்ற கவிஞர்களுடனும் பாடகர் டேவிட் ஹெமாண்டுடனும் அவருக்குத் தொடர்பினை ஏற்படுத்திக் கொடுத்தது. இந்தத் தொடர்பு கலைத்திறனையும் எழுத்தாற்றலையும் வளர்த்ததோடு அல்லாமல் அயர்லாந்தின் அரசியல் நிலவரங்களை அறிந்து செயல்படவும் உதவியது. ஐரிஷ் மொழியின் மீதான ஆளுமையும் டாண்டே, வெர்ஜில் ஆகியோரின் பாதிப்பும் அவரது மொழிபெயர்ப்புகளில் எதிரொலித்தன.

ஹீனி தன்னைப் போலவே பெரிய குடும்பத்தைச் சேர்ந்த மேரி டெவ்லினைச் சந்தித்து காதல் வயப்பட்டு மணம் புரிந்துகொண்டார். மேரி, ஹீனியின் தொடர்ந்த எழுத்துப் பணிக்கு மிக முக்கிய தூண்டுகோலாக இருந்தார்.

கலிபோர்னியாவின் பல்கலைக்கழகத்தில் பணிபுரிந்த வருடங்கள் அவரது வாழ்வின் சுதந்திரமான தருணங்கள் எனலாம். அதன் பிறகு அயர்லாந்துக்குத் திரும்பிய ஹீனி ஒரு சுதந்திரமான எழுத்தாளராகவும்

கவிஞராகவும் எழுத்துப் பணியைத் தொடர்ந்தார். எழுத்துலகில் பல அலைகளை உருவாக்கிய ஹீனியை ஹார்வர்ட் பல்கலைக்கழகம் அழைத்தது. ஹார்வர்டின் மிக முக்கியமான பேராசிரியராகப் பணியாற்றிய ஹீனி 1989-.ல் ஆக்ஸ்போர்ட் பல்கலைக்கழகத்தில் இலக்கியத் துறையில் கவிதைப் பேராசிரியரானார். ஆனாலும் அவர் தொடர்ந்து தமது படைப்புலகில் சுதந்திரமாக இயங்கவும் செய்தார்.

ஆக்ஸ்போர்ட் மற்றும் ஹார்வர்ட் பல்கலைக்கழகங்களில் முக்கிய பணியாற்றியதோடு அல்லாமல் அயர்லாந்தின் முக்கிய எழுத்தாளர் மற்றும் கலைஞர்களுக்கான ஓஸ்டானா அகாடமியிலும் அமெரிக்காவின் கலை இலக்கிய அகாடமியிலும் உறுப்பினராக இருந்தார். 1995ல் இலக்கியப் பங்களிப்புக்காக நோபல் பரிசு பெற்ற ஹீனி 1996ல் ஃபிரான்ஸ் நாட்டின் கலாசாரத் துறையில் Commandeur de L'Ordre des Arts et Lettres ஆக நியமிக்கப்பட்டார். ஈ.எம். ஃபோஸ்டர் விருது, பென் (PEN) மொழிபெயர்ப்பு விருது, க்ரிஃப்டின் கவிதை விருது (Griffin Poetry Prize), டி.எஸ். எலியட் விருது என பல்வேறு விருதுகளை அள்ளிக்குவித்த அயர்லாந்தின் அதிமுக்கிய கவிஞரென அறியப்பட்ட ஹீனி, ஆகஸ்ட் 30, 2013-ல் மரணமடைந்தார்.

வசந்த வழிபாடு

தனது முஷ்டியை இறுக்கிப் பனிக்காலம்
மோதிச் சென்று மூழ்கியதொரு குழாய்க்குள்
உறைந்த பனிக்கட்டியாய்

குழாயின் இரும்புத் தொண்டைக்குள்
தானிருப்பதை உணர்ந்தது பனிக்கட்டி
முடங்கியது கைப்பிடி திறக்க இயலாதொரு கோணத்தில்

பின் கோதுமைக்கதிர்களின் தாள்களை
முறுக்கித் திரித்தகயிற்றால்
அதன் மூக்கை இறுகக்கட்டி
நெருப்பேற்ற

அந்நெருப்பில் பற்றி எரிந்து குளிர்ந்த குழாயின்
மூடியினை திறந்து அவளைத் தூக்க
ஈரமாயிருந்த அவளது வாயிலில் இருந்து
வெளி வந்தாள் அவள்

ஒன்றுதல்

இன்றிரவு, ஒரு முதல் அசைவு, ஒரு துடிப்பு
சதுப்பு நிலங்களில் மழையனைத்தும் திரண்டு
வெள்ளமாய்ப் பொழிந்திரங்கி
பெரணிச்செடிகள் அடர்ந்த மேட்டுநிலங்கிழித்துப்
பாய்வது போல்.
உனது முதுகு கிழக்குக் கடற்கரையின்
அழுத்தமான எல்லைக்கோடாக இருக்கிறது
சீராய் மேலெழும்பும் உன் மலைகளைத் தாண்டி
வீசப்பட்டிருக்கின்றன உனது கை கால்கள்
அடர்ந்து நெடிதுயர்ந்திருந்த உனது பிரதேசங்களில்
நம் கடந்தகாலத்தை மென்மையாய்த் தடவிக்கொடுக்கிறேன்.
நீ பணிய வைக்கவோ அன்றித் தவிர்க்கவோ இயலாத
உனது தோள்களுக்குப் பின்னிருக்கும் உயர்ந்த நிலம் நான்
வெற்றி ஒரு பொய். உனது பாதிச் சுதந்திரத்தின் கரையில்
இணங்கியபடியே வயதாகிறது எனக்கு
அந்தக் கரையின் எல்லைக்கோடுகளுக்குள்
இரக்கமற்று முடிவுறுகின்றன
உன்னிடமிருந்து நான் கைக்கொண்டவை

உன்னைத் துயரில் விட்டுச் செல்லும்
நானொரு ராஜகம்பீர ஆண்மகன் தான்
மரம் பிளக்கும் இடியெனக் குடியிருப்பில்
கர்ஜிப்பதிலும், பேரொலியோடு புணர்வதிலும்

என்னுள்ளிருந்து நான் ஊற்றாய் வெடித்துப் பொழிவதிலும்
எனது இச்செய்கையால் பிடிவாதமாய் முளைத்த
ஐந்தாம் தூணொன்று வளர்கிறது ஒருதலைப்பட்சமாய்
உன் இதயத்தின் ஆழத்திலிருக்கும் அவன் இதயம்
ஒரு போரின் பேரிகையெனப் பெருங்குரலில்
வலிமையாய் ஒலிக்கிறது. அந்த மூடனின் சிறிய
ஒட்டுண்ணிக் கரங்கள் ஏற்கனவே உனது விளிம்புகளை
அடித்து நொறுக்குகின்றன. நீரின் நடுவிலிருந்து எனைநோக்கி
எழும்புகின்றன அவையென நான் அறிவேன்
எவ்வித உடன்பாடுகளும்
உனது சுருக்கங்களின் தடம் மிகுந்த உடலை
அடிமைப்படுத்த இயலாதெனவும்
அப்பெருந்துயர், திறந்த நிலப்பரப்பென உன்னை
மறுபடியும் ஆறாக்காயங்களுடன் விட்டுச்செல்லும்
என்றே தான் தோன்றுகிறது எனக்கு

அகத்தூண்டல்

அவர்களால் என்னைக் குழந்தையாயிருந்த போது
கிணறுகளிலிருந்தும், பழைய குழாய்கள், வாளிகள்,
நீரிறைக்கும் ராட்டினத்திலிருந்தும் விலக்க இயலவில்லை
இருண்ட நீர்த்துளி, நீரில் சிக்கிய வானம், நீர்த்தாவரங்களின் வாசனை,
காளான்கள், ஈரப்பாசிகள், எல்லாம் பிடித்திருந்தன எனக்கு

செங்கற்சூளையின் பழுதான பலகை மீதிருந்து
பேருவகையுடன் ரசித்தேன் கயிற்றின் கீழிருந்து பேரொலியுடன்
வாளியொன்று ஆழத்தில் விழும் சப்தத்தை
காணவே இயலவில்லை எவ்விதப் பிரதிபலிப்பையும்
அத்தனை ஆழத்திலிருந்து

காய்ந்த கற்களின் அடியில் பயன்மிகு மீன்களின்
வளர்ப்பகமென ஓடும் ஆழமற்றுத் தேங்கிய நீரோடையின்
மிருதுச் சேற்றிலிருந்து நீண்ட வேரொன்றை வெளியிழுக்கும் கணத்தில்
அசைகிறதோர் வெண்முகம் அதன் ஆழத்தில்

மற்றனைத்து நீர்நிலைகளும் எதிரொலித்தன உனது குரலை
ஓர் பழுதற்ற இசைமையுடன், அவற்றிலொன்று கிலியூட்டவும்
செய்கிறது, ஏனெனில், பெரணிச்செடிகளுக்கும் நீண்ட கரையோரப்
புதர்களின் ஊதா மலர்ச்செடிகளுக்கும் இடையூடி எலியொன்று
குதித்தோடிச் சென்றது என் பிம்பத்தின் முகத்திலறைந்து
இப்போது, வேர்களின் இடையூடித் துழாவியும் சேற்றை அளைந்தும்
அகன்ற கண்கள் கொண்ட நார்சிஸிஸ்ஸை ஏதேனுமொரு வசந்தத்தில்

கண்ணிமைக்காது நோக்குதலும்கூடப் பெரியோரின் மேன்மைக்கு
இழுக்கு
என்னை ரசிக்கவும் இருளின் எதிரொலிக்குச் மெட்டமைக்கவும்
நான் சந்தமிசைக்கிறேன்

கருங்கனி பொறுக்குதல்

வாரம் முழுதும் அடைமழையும்
அதிவெப்பமும் நிறைந்த ஆகஸ்ட் மாதப் பின்நாளில்
அந்தக் கருங்கனிகள் கனியத் தொடங்கும்.
பளபளக்கும் ஒரு கருநீல ரத்தக்கட்டியென
முதலில் பழுக்கத்தொடங்கும் அது
சிவப்பு, பச்சைக் காய்களிடையே இறுகிய முடிச்சாய்.
முதல் கனியை நீ உண்ண
உறையத் தொடங்கிய மதுவென அதன் தசை இனித்தது:
நாவைக் கறையாக்கி இன்னும் அதிகம்
பொறுக்கத் தூண்டிய அக்கனியில்
கோடையின் குருதியிருந்தது: பிறகு சிவந்து பழுத்தவை ஊதாவாகிக் கனியத்தொடங்க,
அந்தப் பசி அலைய வைத்தது
பால் தூக்கு, பட்டாணி டப்பா, ஜாம் பாட்டிலுடன்
பூம்புதர்களும் ஈரப் புல்வெளிகளும் நமது காலணியைச் சலவை செய்ய.
நெல்வயல்களிலும், சோளக்காடுகளிலும்
உருளைக்கிழங்கைத் தோண்டுமிடங்களிலும்
பயணித்தோம் நமது ஜாடிகள் நிரம்பும் வரை
சத்தமிடும் ஜாடிகளின் அடியில் பசுங்காய்களால் நிரம்பியும்
மேலே கருநீலக் கனிகள் கண்களின் படலமாய் மின்னும் வரை
நம் கரங்களில் முட்கள் குத்திய காயங்களுடனும்
உள்ளங்கைகளில் நீலநிற தாடியென நீண்ட
கனிச்சாற்றின் பிசுபிசுப்புடனும்

புதிய கனிகளைக் கொட்டிலில் சேகரித்தோம்
குளியலறை நிரம்பியதால் ஒரு உரோமப்பையில் இட்டோம்
சாம்பல் நிறப் பூசணம் படர்ந்திருந்தது நமது ரகசியக் கிடங்கில்
அந்தச் சாற்றின் வாசனை துர்மணமாகியது.
புதர்க்கொடியிலிருந்து விழுந்ததும் அப்பழம்
புளித்து நுரைத்து சுவைமிகு காடியாகும் அதன் தசை
எப்போதுமே எனக்கு அழவேண்டும் போலிருக்கும். இது சரியல்ல
அந்த ஜாடிகளுக்குள் நிரம்பிய அழகான பழங்கள் கெடத்துவங்குவது
நம்பிக்கையோடிருப்பேன் ஒவ்வொரு வருடமும்
அவை அப்படியே நிறமிழக்காதிருக்குமெனவும்
அப்படி அவை இருக்க இயலாதெனவும் அறிந்து

தோண்டுதல்

எனது கட்டைவிரலுக்கும் ஆட்காட்டி விரலுக்கும் மத்தியில்
ஒரு துப்பாக்கியென இறுகப் பற்றியிருக்கும்
பருத்த பேனா இளைப்பாறுகிறது

சரளை பூமியில் மண்வெட்டி இறங்கும்
துல்லியமான உலோக ஒலி என் சாளரத்தின் கீழிருந்து வருகிறது
நான் கீழே பார்க்கிறேன்
தோண்டிக்கொண்டிருக்கிறார், என் தந்தை

இடுப்பு சுளுக்கும் வரை மலர் வரப்புகளின் கீழே குனிந்தபடி
உருளைக்கிழங்குகளை எங்கிருந்து தோண்டியெடுத்தாரோ
அங்கிருந்து நகர்ந்து வருகின்றன
தாளகதியுடன் இருபது ஆண்டுகள்

வலிய காலணிகள் முழங்காலின் உட்புறமாய்
இறுகப்பொருத்திக் கட்டப்பட்டிருக்க, நீண்ட செடிகள் கொய்து
பிரகாசமான முனைகளை மண்ணுள் புதைத்தார்,
குளுமையும் உறுதியுமான புதிய கிழங்குகளை
எங்கள் கரங்களில் பொறுக்கி ரசிக்கும்படி

இறைவா, இந்த வயோதிகனும் மண்வெட்டியை
அந்த வயோதிகன் போன்றே உபயோகிக்கிறான்

பாக் நிலத்தின் வேறெந்த மனிதனை விடவும்

அதிக நாற்றுகளை வெட்டியெடுப்பார் ஒரே நாளில் என் தாத்தா
பிறிதொருநாள் சுருட்டிய காகித அடைப்பானால் ஒழுங்கற்று மூடி
எடுத்துச் சென்றேன் பால் போத்தல் ஒன்றினை அவருக்கென
நிமிர்ந்து அதனைக் குடித்த பின்னே துரிதமாகவும், சீராகவும்
தொடர்ந்து வெட்டி புற்கரணைகளைத்
தோளின் மறுபுறம் குவித்தபிறகு மேலும் நல்ல கரணைகளுக்கென
ஆழமாய்த் தோண்டத் தொடங்கினார்

மண்கரம்பை ஒட்டிய சமச்சீரற்ற விளிம்புகளுடனும்
நுண்சேற்று ஒலிகளுடனும் நிறைவான நீர்மத்தோய்வுடனுமிருந்த
சதைப்பற்றான உருளைக்கிழங்கின் தாவர மணம்
உயிரோட்டமுள்ள வேர்களின் வழியே மூளைக்குள் விழிக்க

அடடா, என்னிடமில்லை ஒரு மண்வெட்டி
அவர்களைப் பின்தொடர

எனது கட்டைவிரலுக்கும் ஆட்காட்டி விரலுக்கும் மத்தியில்
ஒரு துப்பாக்கியென இறுகப் பற்றியிருக்கும்
பருத்த பேனா இளைப்பாறுகிறது

அதன் மூலம் நானும் தோண்டுவேன்

இரட்டிப்பு வெட்கம்

லா பார்டாட் ஸ்கார்ப் அவளுடையது
ஸியூட் அடுக்குமாடிக் கட்டடங்கள் வழியே
ஓர் மாலையில் என்னோடு நடைப்பயிற்சிக்கு வந்தாளவள்
கொஞ்சம் நல்ல காற்றுக்கும் தோழமைப் பேச்சுக்கும்
அமைதியான அந்த நதியைக் கடந்து
மேட்டுக்கரை நோக்கி நடந்தோம்.

போக்குவரத்தற்ற அமைதியில்
வானம் ஒரு பதற்றமடைந்த மெல்லிய சவ்வு போலிருந்தது
ஓர் பின்புலமெனத் தொங்கிய அரையிருள்
நீந்திய அன்னத்தை நடுங்க வைத்து
அச்சமூட்டும்படித் தொங்கிய கொடிய வல்லூறென
அமைதியாய் மிதந்த அது
வெற்றிடத்தின் தேவை தளர்வித்தது
இருவரின் வேட்டை இதயத்தையும்
ஆயினும் அஞ்சி நடுக்குற்று நிலைகொண்டோம்
வல்லூறும் இரையும் போல் விலகி
மேம்பட்ட ஒழுங்குடன் எங்களின் உரையாடலை
கலையின் பக்கம் திருப்பினோம்
குழந்தமை எங்களுக்கு காத்திருக்கவும்
உணர்வுகளைப் பறைசாற்றாமலிருக்கவும்
பின்பு நேரந்தாழ்ந்து வருந்தாமலிருக்கவும் கற்றுத்தந்தது
காளான் காதல்கள் ஏற்கெனவே
ஊதிப் பருத்து வெறுப்பில் வெடித்தன

முன்னெச்சரிக்கையுடனும் பரவசத்துடனும்
பாடும் பறவையுடனிணைந்த வல்லூறென
மார்ச் மாத அந்தியில் சிலிர்த்திருந்தோம்
குழந்தமையின் கிளர்ச்சிமிகு உரையாடலில்
இன்னும் சலனமற்று அந்நதி ஆழமாய்
ஓடிக்கொண்டிருந்தது
எங்களின் அணைக்கரை நடையுடன்

பாப்லோ நெருடா

பாப்லோ நெருடா

இருபதாம் நூற்றாண்டின் மிக உன்னதமான கவிஞராகவும், சமூகப் ப்ரக்ஞை கொண்ட போராளியாகவும், மார்க்சிய தத்துவங்களில் ஈடுபாடு கொண்டவராகவும் திகழ்ந்த பாப்லோ நெருடாவின் இயற்பெயர் ரிக்கார்டோ இலீசர் நெப்டாலி ரீயஸ் பொசால்தோ. 1904ஆம் ஆண்டு, ஜூலை 12 தேதி சிலி நாட்டில் உள்ள பாரல் என்ற ஊரில் பிறந்த பாப்லோ நெருடா பிறந்த சில நாட்களிலேயே தாயை இழந்தார். தாயின் மரணத்திற்குப்பின் டெமூகோ நகரத்திற்குக் குடிபெயர்ந்த நெருடாவின் தந்தை டோனா ட்ரினிடாட் கார்டியா மார்வாடி என்பவரை மறுமணம் செய்து கொண்டார். பெற்ற தாயைக் காட்டிலும் அதிக பரிவைப் பொழிந்த தனது சிற்றன்னையைப் பெருந்தாய் என்று அழைத்துப் பெருமிதங்கொண்ட நெருடா அவருக்காக எட்டாம் வயதில் முதற்கவிதையை எழுதினார்.

பத்தொன்பதாம் வயதில் ஜோன் நெருடா எனும் செக்கோஸ்லாவாகியா எழுத்தாளரின் படைப்புகளால் கவரப்பட்டு பாப்லோ நெருடா என்ற புனைபெயரைச் சூட்டிக்கொண்டு தனது எழுத்துப் பயணத்தைத் தொடங்கினார். கிரேப்புஸ்குலாரியோ (Twilight) என்ற அவரது முதல் தொகுதியைத் தொடர்ந்து, அவரது தலைசிறந்த கவிதைத் தொகுதியான "இருபது காதல் கவிதைகளும் ஒரு ஆற்றாமைப் பாடலும்" என்ற தொகுப்பு வெளியானது. இத்தொகுப்பு பெரும் பரபரப்பை உருவாக்கி உலகின் எல்லா மொழிகளிலும் மொழிபெயர்க்கப்பட்ட பெருமைக்குரியதாகும். உலகப் புகழ்வாய்ந்த நாவலாசிரியரான கேப்ரியல் கார்ஸியா மார்குவஸ்-இடம் இருபதாம் நூற்றாண்டின் தலைசிறந்த கவிஞரென்ற பாராட்டைப் பெற்ற பாப்லோ நெருடா

மென்மையான அதே சமயத்தில் அதிர்ச்சியும் நேரடித்தன்மையும் வாய்ந்த காதல் கவிதைகளையும், ஒரு வெந்நீர் ஊற்றைப்போல் காமம் கொப்பளிக்கும் கவிதைகளையும், மிகுந்த மனக்கசப்பும் அதீத துயரமும் கலந்த துன்பியல் கவிதைகளையும், வீரியம் மிக்க அரசியல் கொந்தளிப்புக் கவிதைகளையும் அனாயாசமாய் எழுதும் ஆற்றலைப் பெற்றிருந்தார்.

அளவற்ற இலக்கிய ஆர்வமும் அருவியைப் போன்ற கவித்திறனும் மிக்க படைப்பாளியாய் தாம் இருந்த போதிலும் பிரஞ்சு மொழி மற்றும் பயிற்றியலையும் கற்றுத் தேர்ந்தார். 23ம் வயதிலேயே சிலி அரசு இவரை பர்மாவின் பிரதிநிதியாக நியமித்தது. இப்பொறுப்பைத் தொடர்ந்து பல வெளிநாடுகளில் அவர் உயர்பதவியில் பணியாற்றும் வாய்ப்பு கிடைத்தது. இந்த ஆண்டுகளில் மாபெரும் இலக்கியவாதிகளான, ப்ராஸ்ட், ஜேம்ஸ் ஜாய்ஸ், வால்ட் விட்மன் போன்றவர்களுடைய எழுத்தின் அறிமுகம் இவருக்குக் கிடைத்தது.

அரசாங்கத்தின் மிக முக்கிய பொறுப்பில் இருந்த போது Residencia en la tierra (1933) எனும் சர்ரியல் கவிதைத் தொகுப்பை வெளியிட்டார். இத்தொகுப்பு இலக்கிய வெளியில் அவருக்கு மாபெரும் திருப்பு முனையாக அமைந்தது. உள்ளொளி மிக்க கவிஞனான நெருடாவின் கவிதைகளில் அரசியல் கூறுகள் இருப்பினும் அவர் பரவலாய் அறியப் பட்டதென்னவோ அவரது காதல்வயப்பட்ட கவிதைகளினால் தான்.

அவர் ஸ்பெயினில் வாழ்ந்த பொழுது ஒரு அரசியல் ஆளுமையாக அடையாளம் காணப்பட்டார். மேட்ரிட் வாழ்க்கை அவருக்கு கார்சியா லோர்க்கா, ஆல்பெர்டி போன்ற பல ஸ்பெயின் கவிஞர்களின் நெருக்கத்தை ஏற்படுத்திக்கொடுத்தது. 1936-ல் வெடித்த உள்நாட்டு யுத்தம் அவரைப் பதற்றம் கொள்ளச்செய்தது. அத்தருணத்தில் நிகழ்ந்த அவரது நெருங்கிய நண்பரான கார்சியா லோர்க்காவின் கொடூர மரணம் அவரை ஆழ்ந்த துக்கத்தில் ஆழ்த்தியது. எனவே அவர் மேட்ரிட்டில் இருந்து சிலிக்குத் திரும்பிக் குடியரசு இயக்கத்தில் சேர்ந்தார். அப்போது அவர் பல சமூக மற்றும் அரசியல் கவிதைகளை எழுதிக்குவித்தார். 1937-ல் "எஸ்பான்யா என் எல் கொரேஸான்" (Espana en el Corazon) எனும் கவிதைத் தொகுதியை எழுதினார். இத்தொகுதி அரசியல் தளத்தில் அவரை ஆழமாய்ப் பதிவு செய்தது.

1939ம் வருடம் நெருடா ஸ்பெயின் நாட்டின் உதவித் தூதராக பாரிஸ் நகரில் நியமிக்கப்பட்டார். அதைத் தொடர்ந்து மெக்ஸிகோவின் அரசாங்கத் தூதராகப் பணியாற்றிய போது 'காந்தோ ஜெனரல்' (Canto General) எனும் புகழ் பெற்ற கவித்தொகுப்பை காவிய வடிவத்தில் இயற்றினார். இத்தொகுதி தென் அமெரிக்க நிலப்பரப்பு, கலாசாரம், மற்றும் மக்களைப்பற்றியதாக இருந்தது. இவரது வாழ்நாளில் எழுதப்பட்ட மொத்த கவிதைகளுள் தலையாய இடத்தைப் பெற்றிருக்கும் இத்தொகுப்பு 250 கவிதைகளைக் கொண்ட இரண்டு தொகுதிகளாய் விளங்குகிறது. Canto General பத்துக்கும் மேற்பட்ட மொழிகளில் மொழிபெயர்க்கப்பட்டுள்ளது.

பாப்லோ நெருடா 1945-ல் சிலி குடியரசின் செனட்டராக நியமனம் செய்யப்பட்டார். குடியரசுத் தலைவரான கொன்ஸாலேஸ் பிடேலா (Gonzalez Videla) வின் அடக்குமுறைக் கொள்கைக்கு எதிராக செயல்பட்டதால் தனது நாட்டிலேயே நெருடா மறைந்து வாழும் அவலம் நேரிட்ட போது நாட்டை விட்டு வெளியேறினார். பல ஐரோப்பிய நாடுகளில் தலைமறைவாய் வாழ்ந்த பின்னர் 1952-ல் மீண்டும் சிலிக்குத் திரும்பினார். சிலியை விட்டுத் தலைமறைவாய் இருந்த போது நிகழ்ந்த தனது அரசியல் நடவடிக்கைகளைக் குறித்து பல படைப்புகளையும் வெளியிட்டார். அவற்றில் Las Uvas y el Viento (1954), என்ற தொகுப்பு 'நாடுகடந்த நெருடாவின் நாட்குறிப்புகள்' என்றே அறியப்படுகின்றன.

நுண்ணியமான உணர்வுகளைப் பிரதிபலிக்கும் நெருடாவின் கவிதைகள் மீண்டும் மீண்டும் வாசகனை ஈர்த்து ஒருவிதமான உத்வேகத்தையும் மயக்கத்தையும் அவனுள் விதைக்கின்ற தனித்தன்மை மிக்கவையாய் இருக்கின்றன. அவரது காதல் கவிதைகள் நெகிழ்தலையும் நெகிழ்த்தலையும் ஒருசேரத் தருகின்ற தேவமொழியாய் இருக்க, அவரது Residencia en la tierra தொகுப்பு தனிமை நிறைந்த துயர் மிகு மனவிசாரத்தினைத் துல்லியமாய்ப் பதிவு செய்கின்றது. சியன் சானடாஸ் டி அமர் என்ற தொகுப்பு அவரது காதல் மனைவி மட்டில்டெ உருஷியாவிற்காக எழுதப்பட்டது Canto general லத்தீன் அமெரிக்கா மக்களின் போராட்டங்களையும் அதிகாரத்தின் கையில் ஒடுக்கப்பட்ட அவல நிலையினையும் பிரதிபலித்து அவர்களுக்கான

சுதந்திரக்குரலாய் ஒலித்தது. இவை மட்டுமின்றி நெருடாவின் கவிதைகளில் யதார்த்த பொதுத்தன்மையும், தினசரி வாழ்வின் சாதாரண அசாதாரணங்களும், மற்றும் இயற்கையும் விலங்குகளும் தாவரங்களும் எங்கும் பரவிக்கிடந்து நெருடா எனும் அற்புதமான கவிஞனின் கவி ஆளுமையைப் பிரதிபலிக்கின்றன.

பிரஞ்சு தத்துவவாதியும், நாடக மற்றும் நாவலாசிரியரும், இலக்கிய விமர்சகருமான ழான் பால் சார்த்தர் 1964ஆம் ஆண்டு தனக்கு அளிக்கப்பட்ட நோபல் பரிசினை ஏற்க மறுத்துவிட்டார். ஏனெனில் அவர் அப்பரிசு நெருடாவிற்கு அளிக்கப்பட வேண்டியது எனக் கருதியதே காரணமாகும். இலக்கியத்திற்கான நோபெல் பரிசு 1971 ஆம் ஆண்டு பாப்லோ நெருடாவுக்கு வழங்கப்பட்டது.

இரத்தப்புற்று நோயால் பாதிக்கப்பட்டு மருத்துவமனையில் சேர்க்கப்பட்ட நெருடா மூன்றாம் நாள் மாரடைப்பு ஏற்பட்டு இறந்து போனார். உலகப் புகழ் வாய்ந்த கவியான நெருடாவின் மறைவு உலகையே உலுக்கியது. சிலி நாட்டின் முப்பதாவது குடியரசுத் தலைவரான அகுஸ்டோ பினோச் (Augusto Pinochet) நெருடாவின் இறுதிச் சடங்கை ஒரு பொது நிகழ்வாக நிகழ்த்துவதற்குத் தடைவிதித்தார். ஆயினும் அம்மாபெரும் கவிஞனின் மரணத்தால் ஆழ்ந்த துக்கம் பீடிக்கப்பட்ட சிலி நாட்டு மக்கள் ஊரடங்குச் சட்டத்திற்குக் கீழ்ப்படியாததால் நகரத் தெருக்களில் கூட்டம் நிரம்பி வழிந்தது. நெருடாவின் இறுதிச் சடங்கே சிலி நாட்டின் ராணுவ சர்வாதிகாரத்தை எதிர்த்த முதல் எதிர்ப்பாகவும் இருந்தது. ஐம்பதுக்கும் மேற்பட்ட நெருடாவின் இலக்கியப் படைப்புகள் காலத்தால் அழியாக் காவியமாய் என்றென்றும் உலகப் புகழ் பெற்றுத் திகழ்வதில் எவ்வித வியப்பும் இல்லை.

இறுகப்பற்றிய ஆவி

இந்த சந்தியாகாலத்தையும் கூட நாம் தவற விட்டுவிட்டோம்
இரவின் நீல வெளிச்சம் உலகின் மீது விழும் இத்தருணத்தில்
எவரும் கவனிக்கவில்லை பிணைந்திருக்கும் நமது கரங்களை

சூர்யஒளிகற்றைகள் தொலைதூர மலைமுகடுகளில் நிகழ்த்தும்
தீத்திருவிழாவை
கண்ணுற்றேன் எனது சாளரம் வழியே

எரிக்கிறது எனது உள்ளங்கையை ஞாயிறின் விள்ளல்
சில நேரம் ஒரு நாணயத்தின் வட்டமென

ஆத்மாவில் பற்றியிருக்கும் உனை நினைவுகூர்கிறேன்
நீயறிந்த எனது விசனங்களோடு
எங்கிருந்தாய் அப்போது நீ?
வேறெவரிருந்தார் அங்கே?
என்ன சொல்லியபடி?

நீ வெகுதூரத்திலிருக்கிறாயென வருந்தியிருக்கையில்
அத்தனை காதலுமேன் மொத்தமாய் வரவேண்டும்
சற்றும் எதிர்பாராமல் என்னிடத்து

விதிவிலக்கின்றி பகலின் புத்தகத்தை மூடும் அந்தி சாய்ந்து விழ,
ஒரு காயமுற்ற நாயென விரிகிறதென் காலருகே
நீல இருளின் கம்பளிச்சட்டை

எந்நாளும் மாலை வழியே விலகிப் பின்நகரும்
ஓர் அலையென சந்தியாவெளிச்சத்திற்குள் நுழைகிறாய் நீ
நினைவின் சிலைகளை அழித்தபடி

போதமான போதை

வண்ணமிளக்கித் தைலமருந்திய போதையின் தடுமாற்றத்தை
நான் மாந்திய உனது பகிரங்க முத்தங்கள் ஈய
நனைந்த உனதுடலை என் ஈர உடலுக்குள் இறுகப் பொருத்தி
பேருவகையூட்டும் விருந்துண்டோம் நமது பூம்படகில்

அந்தியின் மஞ்சள் மெழுகென நம் விரல்கள்
வானின் வெப்ப விளிம்பில் செலுத்திய அப்படகின்
பாய்மரத்தை உந்தியது அந்நாளின் இறுதி மூச்சுக்காற்று

கடக மகர சங்கிரமணங்களுக்கும் சமராத்திரி நாட்களுக்குமிடையே
சூரியன் நமைப் பொருத்திப் போக
போதைகலந்து மயங்கிப் பிணைந்து காலகாலமாய் பயணித்து
பின் விழித்தெழுந்தோம் உதட்டில் அந்நிலத்தின் துவர்ப்புடன்
ஒட்டிக்கிடந்த்த இமைகளுடன் வாசனைமிகு மஞ்சட் பழங்களுக்கும்
கிணற்றினுள் வாளியிறங்கும் தாம்புக்கயிற்றின் ஓசைக்கும்
ஏங்கியபடி காத்திருந்தோம்
பிறகு ஓரிரவில் அந்த அதிருஷ்டத்தீவை வந்தடைந்தோம்
முத்தங்களின் வலை சிக்கிய மீன்களென

சானட் XI

பதுங்கி இரை தேடியலையும் மிருகமென
உனது பேச்சையும் குரலையும் சிகையையும் யாசித்தபடி
வீதியெங்கும் பசித்தலைகிறேன் நிசப்தமாய்
ஆகாரமெதுவும் எனை போஷிக்கவில்லை
வைகறைப் பொழுதோ அமைதி குலைக்கிறது
நாள் முழுதும் தேடியலைகிறேன்
நதியென நகரும் உன் காலடிச் சப்தத்தை

மிருதுவான உனது சிரிப்பிற்கும்
கோதுமைக் கதிர்களின் நிறமொத்த உனது சருமத்திற்கும்
வெளிரிய ஒளிசிந்தும் ரத்தின விரல் நகங்களுக்கும்
தீரா வேட்கை கொண்டலைந்து
முனை முறியாதொரு வாதாங்கொட்டையெனப் பளபளக்கும்
சருமத்தைப் புசிக்க விரும்புகிறேன்

காந்தமெனப் பிரகாசிக்கும் உனதெழிலின்
ஒளிக்கற்றைகளை உண்ண விழைகிறேன்
பேரரசிக்குரிய கர்வமுடனிருக்கிறது உன் எடுப்பான நாசி
உனதடர்ந்த இமைகுஞ்சங்களின் கரிய வண்ணத்தை
சுவைத்துண்ண விரும்புகிறேன்

உனை நாடி, உனது உஷ்ணமிகு இதயம் நாடி
அந்தியினை நுகர்ந்தபடி வேட்கையுடன் நடக்கிறேன்
வெங்கானகத்தே பசித்தலையும் அரிமாவென

அந்தி வானில்

நீயோர் மேகமாயிருக்கிறாய் என் அந்தி வானில்
என் விருப்பத்திற்குரியதாயிருக்கிறதுன் வடிவும் வண்ணமும்
இனிய அதரங்களுடைய பெண்ணே, நீ எனக்குரியவள், என்னவள்
முடிவற்றதான என் கனவுகள் உயிர்ப்புடனிருப்பது உன்னுயிரில்

உன்னுடைய பாதத்துளிகளில் வீழ்ந்து மரிக்கிறது என்னுயிரொளி
உன் இனிய இதழ்களில் தித்திப்படைகிறது என் மதுக்காடி
என் அந்தியின் கீதத்தை அறுவடை செய்பவளே
என் ஏகாந்தக் கனவுகளெப்படி நம்புகிறது உனை எனதென்று

நீ என்னவள் என்னவளென உரக்க பகரும் மதியக் காற்று
வலிந்திழுத்துப் போடுகிறதென் விதவைக்குரலை
என் கண்களின் ஆழத்தில் வேட்டையாடுபவளே,
நீ கவர்ந்து சென்ற நானுனது இரவின் வேட்கையினை
ஒரு நதியென அமைதியூட்டுவேன்

இசையின் வலையிலேந்துகிறேன் உனை என்னன்பே
அகன்ற வானமெனப் பரந்திருக்கிறது என் இசைவலை
துக்கமிகு உனது கண்களின் கரையில் பிறந்தது எனதுயிர்
துயர்மிகு உன்னிரு விழிகளில் தான் துவங்குகிறது
என் கனவுகளின் பெருநிலம்

வேட்கையின் ஆப்பிள்

வேட்கையூட்டும் ஆப்பிள், பெண்ணியல்பு நிரம்பி எரியும் நிலா
கடற்தாவரத்தின் கரிய வாசனை, மண்ணும் ஒளியும் கலந்த செறிவு
எந்த ரகசியத் தகவல் உனது ஸ்தம்பத்தின் இடையே பிணைந்துள்ளது?
மனிதன் புலனுணர்வால் தொடும் மூலாதார இரவெது?
காதல், நீர் மற்றும் நட்சத்திரங்களை ஊடுருவிச் செல்கின்ற பயணம்
மூச்சடைக்கும் காற்று, தானியங்களின் அதிவேகமான சூறைக்காற்றின்
வழியூடிய பயணம்
காதல் ஒளியின் போர்
மேலும் இரண்டு தேகங்களைப் பாழ் ஆக்கும் ஒற்றை அதிமதுரம்
ஒவ்வோர் முத்தத்தின் மூலமும் உனது சின்னஞ்சிறிய முடிவிலியை
மூடுகிறேன்
உனது எல்லைகள், உனது நதிகள், மிகச்சிறிய கிராமம்
உவகையில் உருமாறிய உனது யோனித்தீ
எல்லாமும் குறுகிய தமனிகளின் வழியே
இளஞ்சிவப்பு இரவை உறைபடிவாக்க
இரவின் ஒளியாக நழுவிச் செல்கின்றன
இரவின் ஒளியாக இருக்க மட்டுமே

புதிர்

வெற்றி தாமதமாக வந்தது, நான் அறியாமலிருந்தேன்
ஒரு லில்லியென, சுயவிருப்பமுடன் வந்தடைவது எப்படி,
நமை ஊடுருவும் அந்த வெள்ளை உருவம்
அசைவற்ற நித்திய பூமி
உந்தித் தள்ளும் தெளிந்த மெல்லிய உருவத்துடன்
அந்த நேரம் தீண்டும் வரை: அந்தக் களிமண்
வெள்ளை ஒளியுடனோ அன்றி பாலில் சுழல்வில்லையெனவோ
ஆடை களைந்த, கடின இருளென நிலம்
எந்த செங்குத்துப் பாறை மீது மலரும் அந்த ஒளிமலர்
அந்த வெண் கொடி வெறுக்கச் செய்யும் ஆழ் இரவை தோற்கடிக்கும்
வரை
ஒளி அசைவின் வழியே
ஒரு வியத்தகு விதையெனச் சிந்தும் வரை

பறவை

ஒரு பறவையிலிருந்து இன்னோர் பறவைக்குக் கைமாறுகிறது
ஒரு தினத்தின் முழுமைபெற்ற பரிசு
அத்தினம் ஒரு புல்லாங்குழலில் இருந்து இன்னோர் குழலுக்கு
தாவரத்தின் ஆடையணிந்து கடந்துசென்றது
அதன் பறத்தலில் திறக்கும் சுரங்கமொன்றின் வழி காற்று நுழைய
எங்கே பறவைகள் அடர்த்தி மிகுந்த நீலக்காற்றை
உடைத்துத் திறக்குமோ
அங்கே இரவு வந்து சேர்ந்தது
பல்வேறு பயணங்களிலிருந்து நான் திரும்பிய போது
சூரியனுக்கும் பூகோளத்திற்கும் இடையே
பசுமையாக அந்தரத்தில் மிதவலாக இருந்தேன்
சிறகுகளின் இயக்கம் பார்த்தபடி
சுகந்தம் எப்படி இறகுகளின் தந்தி மூலம்
கடத்தப்படுகிறது என்று கணித்தபடி
மேலிருந்து அந்தப் பாதையைக் கண்டேன்
வசந்தத்தையும் மேற்கூரைகளையும்,
தமது காற்சட்டைகளில் கடல் நுரையுடன்
மீன் விற்பனையிலிருந்த மீனவர்களையும்
எல்லாவற்றையும் எனது பச்சை வானிலிருந்தபடி கண்டேன்
அந்த அதிவேக ஸ்வாலோ பறவைகளின் பறத்தல் பாதையும்
கீழே மின்னிய சிறிய நீர்த்தேக்கமும்
மகரந்தங்களிலிருந்து வெளியேறி நடனமாடிய
சின்னஞ்சிறிய தீ-நிறப் பறவையையும் தவிர்த்து
என்னிடம் அகரவரிசை எதுவும் இல்லாது போனது

சானட் Xvii

உனையொரு கடற்கரை உப்பு ரோஜாவெனவோ அன்றி புஷ்பரத்தினமெனவோ நேசிக்கவில்லை
நெருப்பின் அம்புகளெய்யும் கார்னேஷன் மலரெனவுமல்ல
சில இருட்சாயலான சாதனங்கள் விரும்பப்படுவதென, ரகசியத்தில்
நேசிக்கிறேன், நிழலுக்கும் ஆன்மாவிற்கும் இடையே
எப்பொழுதுமே பூக்காத ஆயினும் அது தன்னுள் ஒளிப்பூக்களை
சுமந்திருக்கும் கொடியென உனை நேசிக்கிறேன்
பூமியினின்று எழும் அழுத்தமான சுகந்தமென
என் கரிய உடலெங்கும் மணக்கும் உன் பிரியத்திற்கு நன்றி
எப்படி, எப்போது, எங்கே என்றறியாது உனை நேசிக்கிறேன்
எவ்வித ஒளிவுமறைவுவோ, சிக்கல்களோ அன்றி செருக்கோ இன்றி
ஆகவே நேசிக்கிறேன், வேறு வழியேதுமில்லையென நேசிக்கிறேன்
எங்கே நானோ அன்றி நீயோ இல்லையோ
அங்கே நெருக்கமாக உன் கரங்களை என் கரங்களென என் மார்பின் மீது மூடிக்கொள்
வெகு நெருக்கமாக உன் விழிகளை மூடிக்கொள் நான் ஆழ்ந்து நித்திரை கொள்ள

எப்பொழுதும்

உன் தோள்களின் மீதொரு மனிதனோடு வா
உன் கூந்தலில் ஆயிரம் ஆண்களைக் கொண்டுவா
உன் மார்புகளுக்கும் கால்களுக்கும் இடையே ஆயிரம் ஆண்களைக் கூட்டிவா
முழுவதும் மூழ்கிப்போன மனிதர்களுடன் ஓடிக் கொந்தளிக்கும் கடலில் கலக்கும் நதியென வா
எல்லோரையும் கூட்டி வா
நான் உனக்கெனக் காத்திருக்கும் இடத்திற்கு
நாம் எப்பொழுதும் தனித்தேயிருப்போம்
எப்போதுமே நீயாகவும் நானாகவும்
இப்பூமியின் மீது தனித்தேயிருப்போம்
வாழ்வைத் தொடங்க

நான் மரிக்கும்போது

நான் மரிக்கும்போது உனது கைகள் என் கண்களின் மீது இருக்க விரும்புகிறேன்
உன் ஒளிமிகு கோதுமை நிற அன்பான அந்தக் கைகள் வேண்டும்
அவற்றின் புத்துணர்ச்சியை என் மீது இன்னுமோர் முறை செலுத்தி
என் விதியை மாற்றிய உன் மென்மையை உணர
உறக்கத்தில் நானுனக்காக காத்திருக்கும் போது நீ எனக்கென வாழ விழைகிறேன்
உன் செவிகள் தொடர்ந்து காற்றினோசையை கேட்க விழைகிறேன்
நாமிணைந்து சுகித்த அந்தக் கடலின் வாசனையை நீ நுகர விழைகிறேன்
மேலும், நீ தொடர்ந்து நாமிணைந்து நடைபயின்ற அக் கடற்கரை மணலில் நடக்க விழைகிறேன்
எனக்குப் பிடித்தமானதெதுவோ அது தொடர்ந்து வாழவே விரும்புகிறேன்
உன் மீதான பிரியத்தினாலேயே மேற்கூறியதனைத்தையும் பாடினேன், உனக்காகவே
எனவே, அதற்காகவே நீ பூத்துக்குலுங்கிடு பூவினும் மென்மையானவளே
அவ்வாறெனவே, நீ அடைந்துவிடு நான் உனக்கென கட்டளையிடும் என் காதலை
அவ்வாறெனவே, என் நிழல் உன் சிகைவழி கடந்து போகட்டும்
அவ்வாறெனவே, அவர்கள் இதன் மூலம் அறியட்டும், இந்தப் பாடலுக்கான காரணத்தை.

விஸ்லாவா சிம்போர்ஸ்கா

விஸ்லாவா சிம்போர்ஸ்கா

விஸ்லாவா சிம்போர்ஸ்கா மேற்கு போலந்தில் உள்ள பினின் என்ற சிறிய நகரத்தில் ஜூலை 2, 1923 இல் பிறந்தார். அவரது குடும்பம் 1931 இல் கிராகோவுக்கு குடிபெயர்ந்தது, அங்கு அவர் தனது வாழ்நாளின் பெரும்பகுதியைக் கழித்தார்.

சிம்போர்ஸ்கா 1945 முதல் 1948 வரை ஜாகலோனியன் (Jagellonian) பல்கலைக்கழகத்தில் போலந்து இலக்கியம் மற்றும் சமூகவியல் பயின்றார். பல்கலைக்கழகத்தில் படிக்கும் போது, அவர் Krakow வின் இலக்கியத்தில் ஈடுபட்டார். அப்போது அவர் சந்தித்த Czeslaw Milosz என்பவரின் தாக்கமுணர்ந்தார். அவர் 1953 இல் இலக்கிய ஆய்வு இதழான Życie Literackie (இலக்கிய வாழ்க்கை) இல் பணியாற்றத் தொடங்கினார், கிட்டத்தட்ட முப்பது ஆண்டுகளாக அந்த வேலையிலேயே தொடர்ந்து பணிபுரிந்தார்..

அவரது வாழ்நாளில், சிம்போர்ஸ்கா பதினைந்துக்கும் மேற்பட்ட கவிதை புத்தகங்களை எழுதியுள்ளார். ஆங்கிலத்தில் இருக்கும் அவரது தொகுப்புகளில் மோனோலாக் ஆஃப் எ டாக் (ஹார்கோர்ட், 2005); மிராக்கிள் ஃபேர்: விஸ்லாவா சிம்போர்ஸ்காவின் தேர்ந்தெடுக்கப்பட்ட கவிதைகள் (நார்டன், 2001); புதிய மற்றும் தேர்ந்தெடுக்கப்பட்ட கவிதைகள், 1957-1997, வியூ வித் அ க்ரெய்ன் ஆஃப் சாண்ட் (ஹார்கோர்ட், 1998); : தேர்ந்தெடுக்கப்பட்ட கவிதைகள்(ஹார்கோர்ட், 1995); பீப்பிள் ஆன் அ பிரிட்ஜ் (ஃபாரஸ்ட், 1990); மற்றும் சவுண்ட், ஃபீலிங் அண்ட் தாட்ஸ்: எழுபது கவிதைகள் (பிரின்ஸ்டன், 1981) மிக முக்கியத்துவம் வாய்ந்தவை. அவர் நான்ரிக்கொயர்ட் ரீடிங் (Non- Required Reading), ஹார்கோர்ட், 2002) எனும் உரைநடைப்

புத்தகத்தின் ஆசிரியரும் ஆவார்.

இரண்டாம் உலகப் போரிலிருந்து ஸ்டாலினிசம் வரையிலான போலந்து வரலாறு அவரது கவிதைகளைக் குறித்துத் தெளிவாகத் தெரிவித்த போதும், அவர் ஒரு ஆழ்ந்த தனிப்பட்ட கவிஞராகவே இருந்தார், அவர் சாதாரண, அன்றாட விஷயங்களில் இருக்கும் பெரிய உண்மைகளை ஆராய்ந்தார். "நிச்சயமாக, வாழ்க்கை அரசியலைக் கடந்துதான் செல்கிறது," சிம்போர்ஸ்கா ஒருமுறை கூறினார் "ஆனாலும் எனது கவிதைகள் கண்டிப்பாக அரசியல் இல்லை. அவை மக்களையும் வாழ்க்கையையும் பற்றியது."

மிராக்கிள் ஃபேரின் அறிமுகத்தில், செஸ்லாவ் மிலோஸ் "அவருடையது மிகவும் கடுமையான கவிதை" எனவே குறிப்பிட்டு சாமுவேல் பெக்கெட் மற்றும் பிலிப் லார்கின் ஆகியோரின் அவநம்பிக்கையான பார்வையுடன் ஒப்பிட்டுப் பார்க்கிறார். இருப்பினும், அதற்கு மாறாக, சிம்போர்ஸ்கா உலகில் தனியொருவன் சுதந்திரமாய் சுவாசிக்கும் கவிதைகளையே வழங்கினார்.

நியூயார்க் ரிவ்யூ ஆஃப் புக்ஸில் எழுதுகையில், ஸ்டானிஸ்லாவ் பரான்சாக் கூறினார்: "புத்திசாலித்தனம், ஞானம் மற்றும் அரவணைப்பு ஆகியவை குணங்களின் கலவையில் சமமான முக்கிய கூறுகள் ஆகும், அது அவளை மிகவும் அசாதாரணமானதாகவும், அவளுடைய ஒவ்வொரு கவிதையையும் மறக்க முடியாததாகவும் ஆக்குகிறது."

1996 இல், சிம்போர்ஸ்கா இலக்கியத்திற்கான நோபல் பரிசை வென்றார். அவரது மற்ற விருதுகளில் போலிஷ் பென் கிளப் பரிசு, ஆடம் மிக்கிவிச் பல்கலைக்கழகத்தின் கௌரவ டாக்டர் பட்டம், ஹெர்டர் பரிசு மற்றும் கோதே பரிசு ஆகியவை அடங்கும்.

விஸ்லாவா சிம்போர்ஸ்கா பிப்ரவரி 1, 2012 அன்று தனது எண்பத்து எட்டாவது வயதில் இறந்தார்.

உயிர் குறித்து ஒரு சில வார்த்தைகள்

இருக்கும் உயிரை
எவரும் சாஸ்வதமாய்
வைத்திருக்க இயல்வதில்லை

நாட்களும் வருடங்களும்
நம் உயிரற்றுக் கடந்து செல்லலாம்

சில சமயம் அது
நம் சிறுபிள்ளைத்தனமான
பயங்களிலும் குதூகலத்திலும்
மட்டுமே நின்றுவிடுகிறது
சில நேரம் நாம் வயோதிகமெய்தி விட்ட
ஆச்சர்யத்தில் உறைந்து விடுகிறது

அவசியமான வேலைகளில்
அது எப்போதாவது மட்டுமே
கை கொடுக்கிறது
மரச்சாமான்களை நகர்த்துவது
அல்லது மூட்டை முடுச்சுகளை
தூக்குவது அல்லது
காலைக் கடிக்கும் காலணிகளுடன்
காத தூரம் நடப்பது போன்ற வேலைகளில்

மாமிசத்தை வெட்டுவதற்காக
எப்போதும் அது தயாராய் கிளம்பும்
அல்லது ஏதேனும் விண்ணப்பப் படிவங்களை
பூர்த்தி செய்வதற்கு

ஆயிரம் உரையாடல்களுக்கு இடையே
ஓர் முறை தானும் கலந்துகொள்ளும்
ஆனாலும் அதிலும் கூட
அது மௌனத்தையே விரும்பும்

நமது உடல் வலியிலிருந்து வேதனைக்குள்
பிரவேசிக்கையில்
அது தனது கடமையிலிருந்து தவறுகிறது

அது கவனமாய்த் தெரிவு செய்யும்
கூட்டங்களில் தென்படுவதை விரும்பாது
நமது பரபரப்புமிக்க ஐயுறவுக்குரிய
அனுகூலமான சூழல்களும்
அதனை அடைவதற்கான திட்டமிடல்களும்
அதனை நோயுறச் செய்யும்

மகிழ்வும் துயரமும்
அதன் இருவேறு உணர்வுகள் அல்ல
இரண்டும் ஒருசேரக் கலந்திருந்தால்
மட்டுமே அது நம்மை கவனிக்கும்

நாம் அதனை நம்பலாம்
எதன் மீதும் நம்பிக்கையற்றிருக்கும் போதும்
எல்லாவற்றைப் பற்றியும் விநோதமான
ஆர்வத்துடன் இருக்கும் போதும்.

தொட்டுணரும் பொருட்களிடையே
அது கடிகாரங்களையும் அசையும் அதன்
பெருநாவையும் மட்டுமே கணக்கில் எடுத்துக் கொள்ளும்
மேலும் எவரும் பாராத போதும்
தன் நிலை மாறாதிருக்கும் ஆடிகளையும் கூடவே

தான் எங்கிருந்து வந்ததென்றோ
எப்போது இங்கிருந்து கிளம்புமென்றோ
சொல்லாதிருக்கும் போதும்
மிகத் தெளிவாய் அக்கேள்வியினை
எதிர்பார்த்திருக்கும்

நமக்கு அது தேவை
ஆனாலும் அதற்கும் கூட
நம் தேவையிருக்கிறது
சில காரணங்களுக்காகவேனும்.

பாலியல் இலக்கியம் பற்றியோர் அபிப்ராயம்

சிந்தனையைக் காட்டிலும் மட்டற்ற நுகர்வு
வேறெதிலும் இருக்கமுடியாது
இது போலொரு பிடாரித்தனம்
டெய்ஸி மலர்களுக்காக உழுது பதப்பட்ட நிலம் வீழ்ந்து
காற்றில் பரவும் விஷக்கொடி போன்று
தாந்தோன்றித்தனமாய் ஓடும்

சிந்தனையாளனுக்கு எதுவுமே புனிதமல்ல
வீம்புக்கென சிலவற்றைப் பெயரிட்டழைப்பதும்
வருதீங்குப் பகுப்பாய்வும், காமமிகு கூட்டிணைப்பும்
உன்மத்தவெறியும், துர்த்தனைப் போல்
நிர்வாண உண்மைகளைத் துறத்துதலும்,
புலன் தூண்டும் பொருள்குறித்த ஆபாச மீட்டலும்
உஷ்ணமேற்றும் சம்பாஷணையும்
அவர்களின் செவிகளுக்கு நல்லிசை

அகன்ற பகலிலோ அன்றி இரவின் இருட்கீழோ
அவர்கள் வட்டமோ, முக்கோணமோ அன்றி
இரட்டையராகவோ வியூகிப்பர்
கூட்டாளியின் வயதோ பாலோ முக்கியமன்று
கண்கள் மின்னும், சிவக்கும் கன்னம் அவர்களுக்கு
தோழன், தோழன் நெறிவழுவ வழிகாட்டுவான்
சீரழிந்த பெண்கள் தந்தைகளை மாசாக்குவர்
தமையன் தன் குட்டித் தங்கைக்குக் காமத்தரகனாவான்

பளபளக்கும் பத்திரிகைகளில் காணும்
மென்சிவப்பு ப்ருஷ்டங்களுக்கு ஈடென
விலக்கப்பட்ட கனிபுசிக்க விழைவர்
எல்லாம் முடிவாக எளிய இதயக்களங்கம் தான்
அவர்களின் சுவாரஸ்யப் புத்தகங்களில்
படங்கள் இருப்பதில்லை
அவர்களின் பன்முகத்துய்ப்பு முறைமை
கட்டைவிரல் நகத்தாலோ அல்லது மெழுகுவண்ணத்தாலோ
அடிக்கோடிடப்பட்டிருக்கும்

அதிர்வூட்டுகிறது தகாமுறைமையின்
பேதமையில் ஒன்று இன்னொன்றைச் சூலேற்ற
வரித்துக்கொள்ளும் தோற்றநிலை
அந்நிலைகளோ காமசூத்திரங்களும் அறியா வகை

அவர்களின் அத்தகு சந்திப்பில்
நீராவியாவது தேநீர் மட்டுமே
நாற்காலிகளில் அமர்ந்தவண்ணம் உதட்டை அசைப்பர்
அனைவருமே தத்தமது கால்களை குறுக்கில் மடித்து
ஒன்றன் மீதொன்றாக்குவர்
வேறுசிலர் தளர்வாய்த் தொங்கவிட்டு அந்தர ஊசலாடுவர்
அவ்வப்போது சிலர் எழும்பி சாளரத்திற்குச் சென்று
திரைச்சீலையின் பிளவூடி தெருவை எட்டி நோக்குவர்

கனவுகள்

புவியியலாளர்களின் அறிவும் கைவினைத்திறனும் இருந்தபோதிலும்,
ஏளனத்திற்குரிய காந்தங்கள், வரைபடங்கள் மற்றும் நிலப்படங்கள் -
கண்ணிமைக்கும் ஓர் நொடியில் கனவு
மலைகள் நம் முன்னே கல்லென குவிந்துள்ளன
ஈவிரக்கமற்ற வாழ்வின் நிஜம் போல
மேலும் அப்போதிருந்து பொறியாளர்கள், ஒப்பந்ததாரர்கள், தொழிலாளர்கள்,
நிலம் தோண்டும் பொறிகள், அகழ்பவர்கள் அல்லது தரவுப்பொருட்கள்-
பொங்கி எழும் நெடுஞ்சாலைகள், உடனடி பாலங்கள்,
அடர்த்தியான மக்கள்தொகை கொண்ட பாப்-அப் நகரங்கள் இல்லாத மலைகள், பின்னர் பள்ளத்தாக்குகள்,
சரியான உள்கட்டமைப்புகளுடனான சமவெளிகள்
இயக்குனர்கள், ஒலிபெருக்கிகள் மற்றும் ஒளிப்பதிவாளர்கள் இல்லாமல்
நம்மை எப்போது பயமுறுத்துவதென்றும் எப்படி மறந்துவிடலாமென்றும்
மிகச்சரியாய் தெரிந்த மக்கள் கூட்டம்
கட்டிடக் கலைஞர்கள் தங்கள் கைத்தொழிலில் திறமிக்கவர்கள்
தச்சர்கள், கொத்தனார்கள், சிமெண்ட் கலவை ஊற்றுபவர்கள் எவருமின்றி-
பாதையில் ஒரு பொம்மையென ஒரு திடீர் வீடு,
அதில் எங்கள் காலடியோசையை எதிரொலிக்கும் பரந்த உட்கூடங்கள்
மற்றும் திடமான காற்றினால் கட்டப்பட்ட சுவர்கள்.
அளவுகோல் மட்டுமல்ல, அது துல்லியமும் கூட-
ஒரு குறிப்பிட்ட கடிகாரம், ஒரு முழு ஈ,
குறுக்குத்தையல் பூக்கள் நெய்த மேஜைத்துணி,
பற்களின் அடையாளங்களுடன் மின்னும் கடித்த ஆப்பிள்.

மேலும் நாங்கள் - சர்க்கஸ் கழைக்கூத்தாடி,
மந்திரவாதிகள், மற்றும் அறிதுயிலில் ஆழ்த்தும் கலைஞர்கள் போலல்லாமல் -
சிறகின்றி அசையாமல் பறக்க முடியும்,
எங்கள் விழியினால் இருண்ட சுரங்கங்களை ஒளிரச் செய்கிறோம்,
மரித்தவரன்றி வேறெவருடனும் பேசா நாவில்
தேன்மெழுகென மொழியின் நுட்பநேர்த்தி பூசுகிறோம்

முடிவும் தொடக்கமும்

எல்லாப் போர்களுக்கும் பிறகு
யாராவது அவ்விடத்தை சுத்தப்படுத்த வேண்டும்
ஏனெனில் அவை ஒருபோதும் தம்மைத் தாமே
சீரமைத்துக் கொள்ளாது
இடிபாடுகளை எவரேனும் சாலையின் ஓரத்திற்கு
தள்ளிவிட முடிந்தால் மட்டுமே
பிணம் நிரம்பிய வாகனங்கள்
கடந்து செல்ல முடியும்.
யாரேனும் மாசு மற்றும் சாம்பலில்
சிக்கிக் கொள்ள வேண்டும்
சோபாவின் சுழல் கம்பி,
சிதறிய கண்ணாடி,
மற்றும் இரத்தம் தோய்ந்த கந்தலாடைகள்.
யாரோ ஒருவர் இரும்புத் தூலத்தை
ஒரு சுவருக்குத் தாங்குகாலாய் முட்டுக் கொடுத்து இழுக்க வேண்டும்.
யாரோ ஒருவர் ஜன்னலை மெருகூட்ட வேண்டும்.
ஒரு கதவை மீண்டும் பொருத்திவிட வேண்டும்
நிழற்பட அழகில்லை அது
மற்றும் ஆண்டுகள் பலவாகும்.
எல்லா புகைப்படக் கருவிகளும்
மற்றொரு போருக்கெனப் போய்விட்டன

.

எங்களுக்கு மீண்டும் பாலங்கள் தேவை,
மற்றும் புதிய ரயில் நிலையங்கள்.

சட்டையின் கையை மேல்தூக்கிச் சுருட்டிச் சுருட்டி
கிழிந்தே போகும் அவை
கையில் விளக்குமாறு வைத்திருக்கும் எவரோ
முன்பிருந்த விதத்தை மீண்டும் நினைவுகூர்கிறார்
வேறொருவர் துண்டிக்கப்படாத தலை சொல்வதைக்
கேட்டுத் தலையசைக்கிறார்.
ஆனாலும் ஏற்கனவே அருகில் உள்ளோர்
குழப்பத்துடன் அலைந்த வண்ணம்
அதனைச் சோம்பிய துயரமாய்க் காண்கிறார்.
புதர்களுக்கு வெளியே இருந்து
சில சமயம் யாரோ இன்னும் துருப்பிடித்த வாதங்களைத் தோண்டி
அவற்றை குப்பைக் குவியலுக்கு எடுத்துச் செல்கிறார்
இங்கே நடப்பதென்ன என்றறிந்தவர்
சற்றே அறிந்தோருக்கு
வழி செய்ய வேண்டும்
சற்றே அறிந்தவர்கள்
இறுதியாக ஒன்றுமே அறியாமல்
ஓங்கி வளர்ந்த புல்லில்
காரணங்கள் மற்றும் விளைவுகள்,
யாரேனும் ஒருவர் வாயில் புல்லுடன்
நீட்டிப் படுத்திருக்க வேண்டும்
மேகங்களைக் கூர்ந்து நோக்கிய வண்ணம்

ஆக்டேவியா பாஸ்

ஆக்டேவியா பாஸ்

கவிஞர், எழுத்தாளர், நூலாசிரியர், தூதுவர் எனப் பல பரிமாணங்களைக் கொண்ட ஆக்டேவியா பாஸ், லத்தீன் அமெரிக்காவின் வரலாற்றில் மிக முக்கியமானவர். இருபதுக்கும் மேற்பட்ட கவிதைப் புத்தகங்களையும் மற்றும் இலக்கியம், அரசியல், மானுடவியல், அரசியல் ஓவியமென பல புத்தகங்களும் கட்டுரைகளும் எழுதி ஸ்பானிஷ் மொழியில் பல தலைமுறைகளுக்கு தாம் ஒரு தவிர்க்க முடியாத வழிகாட்டி ஆனார்.

ஆக்டேவியா பாஸ் (மார்ச் 1, 1998) ல் மெக்சிகோவில் பிறந்தவர். சிறுவயதிலிருந்தே நூல்கள் மீதான ஆர்வம் வருவதற்கு இவரது எழுத்தாளரான தாத்தாவும் அவரது நூலகமுமே காரணம் ஆகும். ஐரோப்பிய மற்றும் மெக்சிகோ இலக்கியங்களை ஆர்வத்துடன் படித்து இலக்கியத்தின் மீது தீராப்பற்றும் எழுச்சியும் கொண்டார். சட்டக்கல்வி பயின்ற பாஸ், பின்னாளில் ஆசிரியராகப் பணிபுரிந்தார்.

அதிகமாக, டி. எச். லாரன்ஸ் எழுதிய நூல்கள் இவரை மிகவும் கவர்ந்தன. 1950 இல் ஸ்பானிஷ் மொழியில் மிகவும் புகழ் பெற்ற ‘தி லேபிரிந்த் ஆப் சாலிட்யூட்’ என்னும் நூலை எழுதி வெளியிட்டார். இந்நூல் மெக்சிகோவின் நாகரிகம், பண்பாடு, வரலாறு, அந்நாட்டு மக்களின் உளவியல் ஆகியவற்றைப் பற்றி விளக்கமாகச் சொல்கிறது.

இலக்கியத்தின் மீதான ஆழமான ஈடுபாட்டின் காரணமாக இவர் தாமே தனியாக இலக்கிய இதழ்களை நடத்தி, ஜனநாயகத்திற்கு ஆதரவுக் குரல் எழுப்பியவர். மேலும் அமெரிக்காவின் புகழ்பெற்ற கவிஞனான டி.எஸ். எலியட்டின் கவிதைப் பாணியைச் சார்ந்தே தமது கவிதைகளை எழுதினார்.

பாப்லோ நெருடாவின் ஊக்கத்தின் மூலம், பாஸ் தனது பதின்பருவத்தில் ஒரு இலக்கிய இதழை நிறுவி, தனது முதல் கவிதைப் புத்தகமான லூனா சில்வெஸ்ட்ரை (1933) வெளியிட்டு தமது கவிதை வாழ்வைத் தொடங்கினார்.

அவரது இளமைப் பருவத்தில், பாஸ் அமெரிக்காவிலும் ஸ்பெயினிலும் நேரத்தைச் செலவிட்டார், அங்கு அவர் நவீனத்துவ மற்றும் சர்ரியலிச இயக்கங்களால் ஈர்க்கப்பட்டார். அவரது உரைநடைக் கவிதைகளின் வரிசை, Aguila o sol? (Eagle or Sun?, 1951) என்ற நூல் மெக்ஸிகோ, அதன் கடந்த காலம், நிகழ்காலம் மற்றும் எதிர்காலம் பற்றிய தொலைநோக்கு வரைபடமாகும்.

அவரது கவிதைத் தொகுப்பான Piedra de Sol (Sun Stone, 1957) அதன் கட்டமைப்பில் ஆஸ்டெக் நாட்காட்டியைத் தழுவியிருந்தது. இந்நீண்ட கவிதையும், மெக்ஸிகோ பற்றிய பாஸின் சமூக கலாச்சார பகுப்பாய்வு, எல் லேபெரிண்டோ டி லா சோலேடாட் (The Labyrinth of Solitude, 1950), ஆகியவை 1950 களில் அவரை இலக்கியத்தில் ஒரு முக்கிய கவிஞராக நிறுவியது.

ஆக்டேவியா பாஸ் இந்தியாவுக்கான மெக்சிகோ தூதராகப் பணியாற்றினார். 1968 ஆம் ஆண்டில் போராட்டத்தில் ஈடுபட்ட மாணவர்களை மெக்சிகோ தம் இராணுவம் கொண்டு சுட்டுக் கொன்றதன் காரணமாக மெக்சிகோ அரசின் அடக்குமுறையைக் கண்டித்து ஆக்டேவியோ தம் பதவியைத் துறந்தார். 1970 ஆம் ஆண்டில் ஹார்வர்ட் பல்கலைக்கழகப் பேராசிரியர் பதவியை ஏற்று அங்கு நான்கு ஆண்டுகள் பணியாற்றினார்.

பாஸுக்கு 1981 இல் மிக உயரிய செர்வாண்டஸ் விருதும், 1982 இல் நியூஸ்டாட் பரிசும் வழங்கப்பட்டது. பாஸின் கவிதைகளின் தொகுப்பு (1957 மற்றும் 1987 க்கு இடையில் எழுதப்பட்டது) 1990 இல் வெளியிடப்பட்டது, அதே ஆண்டில், அவருக்கு இலக்கியத்திற்கான நோபல் பரிசு வழங்கப்பட்டது. பாஸ் ஏப்ரல் 19, 1998 அன்று மெக்சிகோ நகரில் புற்றுநோயால் மறைந்தார்.

அம்பரம்

வெளி மையமில்லை, மேலில்லை, கீழில்லை
முடிவற்றுப் பெருந்தீனி கொண்டழிக்க
தன்னைத்தானே அபாயத்திற்குள்ளாக்கும்
பெருஞ்சுழல்வெளி
உயரத்திலிருந்து துளியாய் விழும்வெளி
செங்குத்துச் சரிவாய் வெட்டுண்ட
அந்தரமிதப்பில் துல்லியதெளிவு
இரவின் விலாமடிப்பில்
கரிய தோட்டங்களின் ஸ்படிகப்பாறை
வலிய உலோகக்கம்பியென நீளும் புகைமீது
செண்டென மலரும்
வெள்ளைத் தோட்டங்கள் காற்றை
உரத்த ஓசையுடன் வெடிக்கச்செய்யும்
வெளி
ஒரு வெளி திறக்கும் அல்லிவட்டம்
மேலும் வெளி அந்தர வெளியில்
கரைந்து நீராலாகும்
எதுவும் எங்குமில்லை
மிக நுண்ணிய மண-இணைவு

விடியல்

குளிர்ந்து விரையும் கரங்கள்
ஒன்றன்பின் ஒன்றாய்ப் பின்னிழுத்துக்கொள்கின்றன
கரிய நிறத்தில் துணிசுற்றப்பட்டு
கண் விழிக்கிறேன்
இன்னும்
உயிருடனிருக்கிறேன்
இப்போதும் காயாத
புத்தம்புதிய
காயத்தின் நடுவே

தள்ளாடும் தினம்

செல்வதற்கும் இருத்தலுக்கும் இடையே
காதலின் அதற்கே உரித்தான ஒளிவின்மையோடு
இன்றைய தினம் தடுமாறுகிறது
வட்டவடிவ மதியம் இப்பொழுது விரிகுடாவையடைந்துவிட
அங்கே அமைதியில் ஊஞ்சலாடுகிறது இவ்வுலகு

தெரிகிறது அனைத்தும், அனைத்தும் மங்கலாக
அருகாமையில் அனைத்தும் ஆயினும் தொடவியலாமல்

காகிதம், புத்தகம், எழுதுகோல், கண்ணாடி
ஓய்வெடுக்கின்றன அவ்வவற்றின் பெயர்களின் நிழல்களில்

என் நெற்றிப்பொட்டில் துடிதுடிக்கும் காலம் திரும்புகிறது
அதே மாறுதலற்ற உதிரத்தின் ஓங்காரத்துடன்

வெளிச்சத்தில் ஒளிரல் அந்த அலட்சியமான சுவற்றினை
ஒரு பைசாச அரங்கமாக மாற்றுகிறது

ஒற்றைவிழியின் நடுவில் என்னைக் கண்டடைகிறேன்
இருளின் குருட்டுப் பார்வையில் என்னைக் கண்காணித்தபடி

மணித்துளி சிதறுகிறது.
இயக்கமற்று நான் இருக்கிறேன், செல்கிறேன்
நானோர் இடைநிறுத்தம்.

அவளின் மகிமையில் தீவாகி

சுடரென மின்னும் அவளின் மகிமையில் தீவு
அணிகலனின் பேரழகாய் எரியும் இந்தப்பெண்
திகிலூட்டும்படி ஒரு இராணுவம் உறங்குகிறது
மர நிழலில் மூடிய விழிகளுக்குள் தெள்ளிய நீரென
இரவுக்குள் சயனித்திருக்கும் இவள்
ஒரு பேரருவி தன் வீழ்ச்சியின் நடுவில் நின்றுபோனது
அதிவேகமாயோடிய குறுகிய நதி சட்டென உறைந்தது
பருண்மையான இடைவெளியற்ற பாறையின் அடிவாரத்தில்
படித்திருக்கும் அவளொரு ஏப்ரல் மாததின் ஏரி-நீர்
அவளது ஆழங்களில் நெட்டிலிங்கம் மற்றும் யூகலிப்டஸ்
அவள் தொடைகளுக்கு இடையே எரிவது மீன்களா அன்றி நட்சத்திரங்களா
பறவைகளின் நிழல் அவளது பாலினத்தை அரிதாகவே மறைக்கிறது
அவளுடைய மார்பகங்கள் அமைதியான வானத்தின் கீழான இரு மோன கிராமங்கள்
இந்தப் பெண் இங்கே ஒரு சலவைக் கல்லெனச் சயனித்திருக்கிறாள்
நிலாப்பள்ளங்களின் நீரென
இரவின் ஒலியற்ற நிசப்தம், பாசியோ அன்றி மணலோ அல்ல
நான் மெதுவாய் உதிர்க்கும் வார்த்தை மொக்குகள் மட்டுமே
நீரின் செவியிலும் தேகத்தின் செவியிலும்
அவசரமற்று ஓடுகிறது
மற்றும் தெளிவானதோர் நினைவுச்சின்னம்
இதோ எரிந்து திரும்பும் தருணம்
தன்னைத்தானே தன்னிலேயே மூழ்கடித்தும் ஒருபோதும் நுகர

இயலாமல்
நீரின் செவியிலும் தேகத்தின் செவியிலும்
அவசரமற்று ஓடுகிறது
மற்றும் தெளிவானதோர் நினைவுச்சின்னம்
இதோ எரிந்து திரும்பும் தருணம்
தன்னைத்தானே தன்னிலேயே மூழ்கடித்தும்
ஒருபோதும் நுகர இயலாமல்

காற்று, நீர், கல்

நீர் கல்லைக் குடைகிறது
காற்று நீரைச் சிதறடிக்கிறது
கல் காற்றை நிறுத்துகிறது
நீர், காற்று, கல்
காற்று கல்லை செதுக்குகிறது
கல்லின் சிறுகிண்ணத் தண்ணீர்
நீர் தப்பித்துக் காற்றாகிறது
கல், காற்று, நீர்
காற்று சுழற்சியில் பாடும்
நகரும் வழியில் நீர் முணுமுணுக்கும்
நகராக் கல் இயக்கமற்ற மோனத்தில்
காற்று, நீர், கல்
ஒன்று மற்றொன்று அல்லது மற்றொன்றுமல்ல
அவற்றின் பொருளற்ற பெயர்களின் வழியே
குறுக்கிட்டும் மறைந்தும்
நீர், கல், காற்று

தாரா கணேசன், சென்னையில் ஐ.ஐ.டி. வளர்ச்சித்துறையின் துணைத்தலைவராகப் பணியாற்றியதுடன், மேலும் சில கல்லூரிகளிலும், பல்கலைக்கழகங்களிலும் உயர்பதவி வகித்தவர். தமிழ் மற்றும் ஆங்கிலத்தில் புலமை பெற்றுள்ள இவர், கவிஞர், மொழிபெயர்ப்பாளர், கட்டுரையாளர், சிறுகதையாசிரியர், ஓவியர், சிற்பி, சிக்கி முக்கி – மின்னிதழ் ஆசிரியர் என பல்வேறு தளங்களில் தொடர்ந்து செயல்பட்டு வருகிறார். இதுவரை 5 கவிதைத்தொகுதிகள் மற்றும் Dare to Dream (Biography) நூலின் மொழிபெயர்ப்பும் இவரது படைப்புகள். உலக இலக்கியங்களைத் தொடர்ந்து வாசித்து வரும் இவரது 6 வது தொகுதியான இந்நூல் உலக வரலாற்றில் அழியா இடம்பெற்ற நோபல் பரிசு பெற்ற கவிஞர்களின் கவிதைகளின் மொழிபெயர்ப்பாகும்.

www.ingramcontent.com/pod-product-compliance
Lightning Source LLC
LaVergne TN
LVHW060135051026
849517LV00007B/2480